ഇവാന്റെ കഥ

ഡോ. കെ. വി. തോമസ്

കോട്ടയം ജില്ലയിലെ പാമ്പാടിയിൽ ജനിച്ചു. പിതാവ് പാലാക്കുന്നേൽ കരോട്ടുവർഗ്ഗീസ്, മാതാവ് മറിയാമ്മ പാമ്പൂരിക്കൽ. നെടുകുന്നം നോർത്ത് ഗവ. യു.പി. സ്കൂൾ, നെടുങ്കുന്നം സെന്റ് ജോൺ ബാപ്റ്റിസ്റ്റ് ഹൈസ്കൂൾ, എസ്.വി. ആർ.വി. എൻ.എസ്.എസ്. ഹൈസ്കൂൾ വാഴൂർ, ആലക്കോട് സെക്കന്ററി സ്കൂൾ കൂത്തുപറമ്പ് നിർമ്മലഗിരി കോളേജ്, ചങ്ങനാശ്ശേരി എസ്.ബി. കോളേജ് എന്നിവിടങ്ങളിൽ വിദ്യാഭ്യാസം. ചങ്ങനാശ്ശേരി എസ്.ബി., ഇരിഞ്ഞാലക്കുട ക്രൈസ്റ്റ് എന്നിവിടങ്ങളിൽ അധ്യാപകനായിരുന്നു.

കോഴിക്കോട് മലബാർ ക്രിസ്ത്യൻ കോളേജിൽ മലയാളം ബിരുദാനന്തരബിരുദവിഭാഗം അധ്യക്ഷനായി വിരമിച്ചു. മലയാളം പി.ജി. ബോർഡ് ഓഫ് സ്റ്റഡീസ്, ഫാക്കൽട്ടി, അക്കാദമിക് കൗൺസിൽ എന്നിവയിൽ അംഗമായിരുന്നു. കോഴിക്കോട്, എം.ജി., ദ്രവീഡിയൻ യൂണിവേഴ്സിറ്റികളിൽ റിസർച്ചു ഗൈഡ്. നാല്പതിലധികം ഗ്രന്ഥങ്ങൾ രചിച്ചിട്ടുണ്ട്. എം.പി. പോളിന്റെ സമ്പൂർണ്ണ കൃതികൾ സമാഹരിച്ചു പ്രസിദ്ധപ്പെടുത്തി. എം.പി. പോൾ ട്രസ്റ്റ് ചെയർമാനാണിപ്പോൾ.

'നഗരത്തിൽ പറഞ്ഞ സുവിശേഷം' എന്ന ഗ്രന്ഥത്തിന് 2003 ലെ ഉറൂബ് അവാർഡും 2005 ലെ ഖസാക്ക് അവാർഡും ലഭിച്ചു. 'ആധുനിക മലയാള ശൈലി' എന്ന ഗ്രന്ഥം 2007 ൽ ബ്രിട്ടീഷ് പാർലമെന്റിലാണ് പ്രകാശിപ്പിച്ചത്. ഈ ഗ്രന്ഥം ചെന്നൈയിലെ തിരുവള്ളുവർ ട്രസ്റ്റിന്റെ പുരസ്കാരം നേടി (2012). ഹെർമൻ ഗുണ്ടർട്ടു ഫൗണ്ടേഷൻ 2011 ൽ സമഗ്ര സംഭാവനയ്ക്കുള്ള ഗുണ്ടർട്ട് അവാർഡു നൽകി ആദരിച്ചു. 2011 ലെ ഏറ്റവും ഏറ്റവും മികച്ച കോളേജധ്യാപകനുള്ള കോഴിക്കോടു സർവ്വകലാശാലയുടെ പ്രൊഫ. എം.എം. ഗനി പുരസ്കാരം നേടി. കോളമിസ്റ്റും ടി.വി. അവതാരകനുമാണ്.

ഭാര്യ : മേരി തോമസ്
മക്കൾ : സീത, കവിത
കൊച്ചുമകൾ : അമ്മു

വിലാസം : സുവർണരേഖ, എരഞ്ഞിപ്പാലം,
കോഴിക്കോട് - 6,
kvtthomas@gmail.com

ഇവാന്റെ കഥ

കുട്ടികൾക്കുള്ള നോവൽ

ലിയോ ടോൾസ്റ്റോയ്

പരിഭാഷ

ഡോ. കെ.വി. തോമസ്

ലിപി പബ്ലിക്കേഷൻസ്
കോഴിക്കോട് - 673 002
വില: 150 രൂപ

Malayalam

IVANTE KADHA

(Translation of *Ivan the fool* by Leo Tolstoy)

By:

Dr. K.V. THOMAS

First Edition : November 2015

Second Edition : December 2018

Third Edition : February 2023

Typeset & Layout by LIPI DTP

Cover Design : Prasobh Kadakkal

Illustration: Paul Kallanode

Printed at Premier Printers Clt

Price: Rs. 150/-

Publishers
LIPI PUBLICATIONS
Head Office
AL Ameen Building, 13/766- U 6
Rly.Stn. Link Road, Kozhikode - 673002
Tel: 0495-2700321

Showroom
LIPI BOOKS
B-12, Vikas Building, Rly. Stn. Link Road, Kozhikode-2
Tel: 0495-2700192 Mobile: 9847262583
Email: lipipublicationsclt@gmail.com
lipiakbar@gmail.com
www.lipipublications.com

പ്രസാധകക്കുറിപ്പ്

ടോൾസ്റ്റോയ് രചിച്ച 'ഇവാന്റെ കഥ' എന്ന ഈ ലഘുനോവൽ ദേശകാലഭേദമന്യേ കുട്ടികൾക്കും മുതിർന്നവർക്കും ഏറെ പ്രിയപ്പെട്ടതാണ്. അധ്വാനത്തിന്റെ മഹത്വം വിളംബരം ചെയ്യുന്ന ഈ കൃതി എളിമ, സ്വാശ്രയശീലം, അഹിംസ തുടങ്ങിയ മൂല്യങ്ങളുടെ പരിമളം പ്രസരിപ്പിക്കുന്നു. ലളിതവും ഹൃദ്യവുമായ ഭാഷയിൽ ഈ കൃതി പരിഭാഷപ്പെടുത്തിയത് ഡോ. കെ. വി. തോമസാണ്. അദ്ദേഹത്തിനും മനോഹരമായ ചിത്രങ്ങൾ കൊണ്ട് ഈ ഗ്രന്ഥത്തെ ചൈതന്യവത്താക്കിയ ശ്രീ പോൾ കല്ലാനോടിനും നന്ദി.

34-ാമതു ഷാർജ രാജ്യാന്തര പുസ്തകോത്സവ വേദിയിൽ ഈ പുസ്തകം പ്രകാശനം ചെയ്യാൻ അവസരമൊരുക്കിത്തന്ന സംഘാടകർക്കും ലോകോത്തരമായ ആ പുസ്തകമേളയുടെ മുഖ്യഭാരവാഹികളിലൊരാളായ ശ്രീ മോഹൻകുമാറിനും ഹൃദയംഗമമായ നന്ദി പ്രകാശിപ്പിച്ചുകൊണ്ട് ഈ ഗ്രന്ഥം സഹൃദയസമക്ഷം സമർപ്പിക്കുന്നു.

എം.വി. അക്ബർ
ലിപി പബ്ലിക്കേഷൻസ്

5/11/2015
കോഴിക്കോട്

ആമുഖം

'ഇവാന്റെ കഥ' എന്ന ഈ ലഘുനോവൽ എനിക്ക് വെറുമൊരു പരിഭാഷാഗ്രന്ഥമല്ല. ഞാൻ പല ഗ്രന്ഥങ്ങൾ എഴുതുകയും പരിഭാഷപ്പെടുത്തുകയുമൊക്കെ ചെയ്തിട്ടുണ്ടെങ്കിലും ഇത്രമാത്രം എന്റെ ജീവിതത്തോട് ഇഴുകിച്ചേർന്ന ഒരു പുസ്തകം വേറെയില്ല. ഈ പുസ്തകവുമായുള്ള എന്റെ സമ്പർക്കം ആരംഭിക്കുന്നത് നാലു വ്യാഴവട്ടം മുൻപാണ്. അന്ന് ആറാം ക്ലാസിൽ മലയാളത്തിന്റെ ഉപപാഠപുസ്തകമായിരുന്നു 'ഇവാന്റെ കഥ'. വിശ്വസാഹിത്യകാരനായ ടോൾസ്റ്റോയിയുടെ Ivan the fool എന്ന വിശ്രുത ഗ്രന്ഥത്തിന്റെ സംഗ്രഹിച്ച ഒരു രൂപമാണ് അന്നു ഞങ്ങൾ പഠിച്ചത്. കോട്ടയം ജില്ലയിലെ നെടുങ്കുന്നം നോർത്തു ഗവ. യു.പി.സ്കൂളിൽ ക്ലാസധ്യാപകനായ വി.കരുണാകരൻ നായർ ഭാവഹാവാദികളോടെ ഇവാന്റെ കഥ പഠിപ്പിച്ചത് ഇന്നെന്നപോലെ ഓർക്കുന്നു. ഒരു കഥകളി നടൻ കൂടിയായിരുന്ന കരുണാകരൻ നായർ സാർ ഞാൻ കണ്ടിട്ടുള്ളതിൽ വച്ചേറ്റവും മഹാനായ അധ്യാപകനായിരുന്നു. ഒരു വിശ്വസാഹിത്യകൃതി മഹാനായ ഒരധ്യാപകന്റെ ക്ലാസിലിരുന്നു പഠിക്കാൻ കഴിഞ്ഞതു മുജ്ജന്മസുകൃതം കൊണ്ടായിരിക്കണം.

ഞങ്ങളെ കുടുകുടെ ചിരിപ്പിച്ചുകൊണ്ട് ക്ലാസുകളങ്ങനെ കടന്നുപോയി. ഇതിലെ പിശാചുക്കളുടെ വിക്രിയകളാണു ഞങ്ങളെ ഏറ്റവുമധികം രസിപ്പിച്ചത്. ഞങ്ങളുടെ ഒരു സഹപാഠിക്കു 'കുട്ടിപിശാച്' എന്നു പേരു വീഴുകയും ചെയ്തു. അധ്യാപകർ ഓരോ കാര്യത്തിന് അങ്ങോട്ടും ഇങ്ങോട്ടും ഇട്ട് ഓടിക്കുന്നത് ആ പാവത്തിനെയായിരുന്നു. നിന്ന നില്പിൽ ഇഷ്ടനെ കാണാതാവും. അങ്ങനെ കുട്ടിപ്പി

ശാച് എന്ന പേരുറച്ചു. ആ ക്ലാസിലിരുന്ന സിപി. വത്സകുമാരൻ നായർ, രാധ, പി.എം.ജോസഫ്, സുരേന്ദ്രൻ നായർ എന്നിവർ പലപ്പോഴായി ഞങ്ങളെ വിട്ടുപിരിഞ്ഞു.

ഏതാനും വർഷം മുൻപ് ഞങ്ങളുടെ സ്കൂളിന്റെ അൻപതാം വാർഷികത്തിൽ അവിടത്തെ ആദ്യ ബാച്ചുകാരായ ഞങ്ങൾ ഒത്തു കൂടിയിരുന്നു. മാത്യു സി. വർഗീസ്, മോഹൻലാൽ, ചന്ദ്രശേഖരൻ നായർ, ശോശാമ്മ എൻ.എ., ശ്യാമള, രാധാമണി,സുരേന്ദ്രൻ നായർ, വി.ഇ.ജോർജ്ജ്, സതീശൻ, മധു, കുസുമം, ജോസഫ് തുടങ്ങിയവർ. അന്നു മനസ്സിൽ ഇരമ്പിക്കയറിയ പഴയ ഓർമ്മകളാണ് ഈ പുസ്തകരചനയ്ക്കുള്ള മുഖ്യ പ്രേരണ.

എന്റെ കൊച്ചുമകൾ അമ്മുവിന് എന്നും കഥ കേൾക്കണം. ദിവസവും പത്തു കഥകളൊക്കെ പറയണമെന്ന് വാശിപിടിക്കും. പത്തു കഥകൾ എവിടെ നിന്നോർമ്മവരാൻ! ആ ബുദ്ധിമുട്ടു മറികടക്കാൻ ഞാനൊരു വിദ്യ കണ്ടുപിടിച്ചു. പത്തു കഥയ്ക്കു പകരം സാമാന്യം നീണ്ട ഒരു കഥ പറയുക. അതിനു തിരഞ്ഞെടുത്തത് 'ഇവാന്റെ കഥ'യായിരുന്നു. പഴയ ഓർമ്മ മാത്രമായിരുന്നു അവലംബം. ഇതിന്റെ മലയാള പരിഭാഷ എവിടെയും കിട്ടാനുണ്ടായിരുന്നില്ല. ഇന്റർനെറ്റിൽ നോക്കി ഞാൻ ഓർമ്മകളെ ബലപ്പെടുത്തി. അമ്മുവിനു കഥ നന്നേ ഇഷ്ടപ്പെട്ടു. അവൾക്കും ഇഷ്ടം പിശാചുക്കളെത്തന്നെ. ദിവസവും ഇതേ കഥ മതിയെന്നായി അവൾക്ക്. എത്ര കേട്ടാലും മതിവരാത്ത അവസ്ഥ. ഇതിനിടെ ഒരു ടെലിവിഷൻ പരിപാടിയായും ഇക്കഥ അവതരിപ്പിക്കാൻ എനിക്കവസരമുണ്ടായി. ഇതിന്റെയൊക്കെ ഫലമായി ഇതു മലയാളത്തിലെഴുതാനുള്ള പ്രേരണ ശക്തമായി. ഒന്നര വർഷം മുൻപാണ് പരിഭാഷ തുടങ്ങിയതെങ്കിലും ഏതാനും പേജുകളെഴുതി നിന്നുപോയി. പിന്നീട് ഷാർജ അന്താരാഷ്ട്ര പുസ്തകോത്സവത്തിൽ പ്രകാശനം ചെയ്യാൻ വേണ്ടി ഏതാനും ദിവസം മാത്രമെടുത്താണ് ഇതിന്റെ പരിഭാഷപൂർത്തിയാക്കിയത്.

II

1886 -ലാണ് ഈ കഥ ടോൾസ്റ്റോയി പ്രസിദ്ധീകരിച്ചത്. കുട്ടികൾക്കു വേണ്ടിയുള്ള രചനയാണെങ്കിലും രാഷ്ട്രീയവും സാമ്പത്തികശാസ്ത്രപരവും മതപരവും ദാർശനികവുമായ ഒട്ടേറെ വിവക്ഷകളിതിനുണ്ട്. ടോൾസ്റ്റോയിയുടെ ജീവിതദർശനം ഒരു ബാലകഥയുടെ വേഷമണിഞ്ഞു പ്രത്യക്ഷപ്പെട്ടിരിക്കുകയാണിവിടെ. പണ

ത്തിന്റെയും അധികാരത്തിന്റെയും മീതെ അധ്വാനത്തിന്റെ മഹത്വം പ്രതിഷ്ഠാപനം ചെയ്യുന്നതാണിക്കഥ. സൈന്യമോ, നാണയവ്യവസ്ഥയോ ഇല്ലാത്തതാണ് ഇവാന്റെ രാജ്യം. ഇവാൻ അഹിംസയിൽ വിശ്വസിക്കുന്നു. ഗാന്ധിസത്തിന്റെ മൗലിക തത്ത്വങ്ങൾ വർഷങ്ങൾക്കു മുൻപേ ഈ കൃതിയിൽ ടോൾസ്റ്റോയി ആവിഷ്ക്കരിച്ചിരുന്നു എന്നു സാരം. ടോൾസ്റ്റോയിയുടെ ഒരു ആരാധകനായിരുന്നു ഗാന്ധിജി എന്നതും വിസ്മരിക്കത്തക്കതല്ല. ഗാന്ധിജിയുടെ രാമരാജ്യസങ്കല്പവും ഇവാന്റെ ഭരണവ്യവസ്ഥയും തമ്മിൽ താരതമ്യപ്പെടുത്തുക രസാവഹമാണ്. അതുപോലെ റൈറ്റ് സഹോദരന്മാർ വിമാനം കണ്ടുപിടിക്കുന്നതിന് ഇരുപതു വർഷം മുമ്പെഴുതിയ ഈ നോവലിൽ യുദ്ധരംഗത്തു ബോംബു വർഷിക്കുന്ന ആകാശവാഹനങ്ങളെപ്പറ്റി പരാമർശമുണ്ടെന്നതും രസകരമായി തോന്നുന്നു. (വർഷങ്ങൾ കഴിഞ്ഞു വിമാനം കണ്ടുപിടിച്ചപ്പോൾ, വിമാനങ്ങളെ കൊണ്ടു യുദ്ധത്തിൽ പ്രയോജനമൊന്നും ഉണ്ടാകാൻ പോകുന്നില്ലെന്നാണു ബ്രിട്ടണിലെ യുദ്ധകാര്യമന്ത്രി 'പ്രവചിച്ച'ത്!). ഇങ്ങനെ പലതരം അപഗ്രഥനങ്ങൾക്ക് വിധേയമാകാനുള്ള ഗഹനത ഇക്കൃതിക്കുണ്ട്. അതേ സമയം ഇതൊന്നുമില്ലാതെ രസകരമായ ഒരു കഥയെന്ന നിലയിൽ വായിച്ചുപോകുകയും ചെയ്യാം.

III

ഇവാൻ ഒരു വിഡ്ഢിയാണെന്നാണു പൊതുധാരണ. പക്ഷേ, നോവൽ വായിച്ചു കഴിയുമ്പോൾ ഇവാനെ വിഡ്ഢിയെന്നു വിളിച്ചവരാണു വിഡ്ഢികൾ എന്നു നമുക്കു ബോധ്യപ്പെടും. വ്യത്യസ്തമായി ചിന്തിക്കുകയും പ്രവർത്തിക്കുകയും ചെയ്യുന്നവരെ നാം വിഡ്ഢികളെന്നോ ഭ്രാന്തന്മാരെന്നോ വിളിക്കാറുണ്ടല്ലോ.

ഇവിടെ മറ്റൊരു സംഗതികൂടിയുണ്ട്. റഷ്യൻ നാടോടി സാഹിത്യത്തിൽ നിന്നു ടോൾസ്റ്റോയി കടമെടുത്ത കഥാപാത്രമാണ് ഇവാൻ. ഇവാന്റെയും സഹോദരന്മാരുടെയും പല കഥകളും റഷ്യൻ ഭാഷയിലുണ്ട്. ഇവാൻ കൂട്ടത്തിൽ ഇളയവനാണ്. 'വിഡ്ഢി' എന്നർത്ഥം വരുന്ന റഷ്യൻ വാക്കിന് പഴയ കാലത്ത് 'ഇളയവൻ' എന്നായിരുന്നുവത്രേ അർത്ഥം. ഇവാന്റെ സ്വഭാവത്തിന്റെ പ്രത്യേകതകൊണ്ട് വിഡ്ഢി എന്ന അർത്ഥം പിൽക്കാലത്ത് ഉറച്ചതാണ്.

IV

അത്യന്തം ലളിതമാണീ ഗ്രന്ഥത്തിന്റെ ആഖ്യാനരീതി എങ്കിലും പരിഭാഷയിൽ ചില വിഷമതകളുണ്ടാകാതെയിരുന്നില്ല. ഇവാൻ എന്ന പേര് എങ്ങനെയെഴുതണം എന്നതായിരുന്നു ഒരു പ്രശ്നം. 'ഐവാൻ' എന്നും 'ഇവാൻ' എന്നും ഉച്ചരിക്കാം. ആദ്യം ഞാനെഴുതിയത് 'ഐവാൻ' എന്നായിരുന്നു. പിന്നെ 'ഇവാൻ' എന്നു മാറ്റുകയായിരുന്നു. പണ്ടു സ്കൂളിൽ പഠിച്ചത് 'ഇവാന്റെ കഥ'യായിരുന്നതുകൊണ്ട് അങ്ങനെയിരിക്കട്ടെ എന്നുവച്ചു.

ഇംഗ്ലീഷ് പരിഭാഷകളിൽ ഐകരൂപ്യമില്ലാത്തതും ചില പ്രശ്നങ്ങളുണ്ടാക്കി. ഇവാന്റെ സഹോദരിയുടെയും സഹോദരന്മാരുടെയും പേരുകൾ പലതരത്തിൽ കണ്ടു. ഒടുവിൽ മലയാളികൾക്കു പറയാൻ എളുപ്പമുള്ള രൂപങ്ങൾ സ്വീകരിക്കുകയായിരുന്നു. മതപരവും ആചാരപരവുമായ ചില കാര്യങ്ങൾ പരിഭാഷപ്പെടുത്തുന്നതിൽ തെല്ലൊരു സ്വാതന്ത്ര്യമെടുത്തിട്ടുണ്ട്. മദ്യപാനവും മറ്റും റഷ്യയിൽ ആചാരത്തിന്റെ ഭാഗമായ സംഗതിയാണ്. നമുക്കങ്ങനെയല്ല. അത്തരം രംഗങ്ങൾ കുറെ മയപ്പെടുത്തിയിട്ടുണ്ട്; കൊച്ചുകുട്ടികളാണല്ലോ ഇതിന്റെ വായനക്കാർ എന്നതുകൊണ്ട്.

ഈ പുസ്തകത്തിന്റെ അകവും പുറവും അർത്ഥവത്തായ ചിത്രങ്ങൾ കൊണ്ടു പുഷ്ടിപ്പെടുത്തിയത് ശ്രീ പോൾ കല്ലാനോടാണ്. അദ്ദേഹത്തോടുള്ള എന്റെ നന്ദി എങ്ങനെ പറഞ്ഞുതീർക്കും?

എന്റെ പ്രിയപ്പെട്ട അധ്യാപകൻ വി. കരുണാകരൻ നായർ സാറിന്റെ സ്മരണയ്ക്കു മുമ്പിൽ ആദരാഞ്ജലികൾ അർപ്പിച്ചുകൊണ്ട് ഈ പുസ്തകം എന്റെ ബാല്യകാലസുഹൃത്തുക്കൾക്കു സമർപ്പിക്കുന്നു. ഇതെഴുതാൻ എനിക്കു പ്രേരണ തന്ന അമ്മുവിനും പ്രസിദ്ധീകരണച്ചുമതല ഏറ്റെടുത്ത ലിപി അക്ബറിനും നന്ദി.

കോഴിക്കോട്
5/11/2015

ഡോ.കെ.വി.തോമസ്

1. ഇവാന്റെ കുടുംബം

പണ്ട്, ഒരു രാജ്യത്ത് ധനികനായ ഒരു കർഷകൻ ജീവിച്ചിരുന്നു. അയാൾക്ക് നാല് മക്കൾ: മൂന്നാണും ഒരു പെണ്ണും. മൂത്തവൻ സൈമൺ ഒരു പട്ടാളക്കാരനായിരുന്നു. രണ്ടാമന്റെ പേര് ടാറസ്. മൂന്നാമനാണ് ഇവാൻ. അവൻ ജന്മനാ ഒരു വിഡ്ഢിയായിരുന്നു. കർഷകന്റെ മകളുടെ പേര് മാർത്ത. അവൾ ഊമയും ബധിരയുമായിരുന്നു. പട്ടാളക്കാരനായ സൈമൺ ചക്രവർത്തിയുടെ സൈന്യത്തോടൊപ്പം യുദ്ധരംഗത്തായിരുന്നു. തടിയനായ ടാറസ് പട്ടണത്തിൽ പോയി കച്ചവടത്തിൽ ഏർപ്പെട്ടു. ഇവാൻ ഊമയായ സഹോദരിയോടും മാതാപിതാക്കളോടുമൊപ്പം താമസിക്കുകയും തങ്ങളുടെ വയലിൽ പണിയെടുക്കുകയും ചെയ്തു.

യുദ്ധരംഗത്ത് കാണിച്ച ധീരതയ്ക്കുള്ള പ്രതിഫലമെന്നോണം ചക്രവർത്തി സൈമണ് ഉയർന്ന ബഹുമതികളും ഒരു വലിയ കൃഷിത്തോട്ടവും നൽകി. അയാൾ ഒരു പ്രഭുവിന്റെ മകളെ വിവാഹം കഴിച്ചു. ഉയർന്ന ശമ്പളവും കൃഷിത്തോട്ടത്തിൽ നിന്നു നല്ല വരുമാനവുമുണ്ടായിരുന്നെങ്കിലും കാര്യങ്ങൾ മുട്ടില്ലാതെ നടത്തിക്കൊണ്ടുപോകാൻ സൈമൺ നന്നായി പണിപ്പെട്ടു. ഭർത്താവ് സമ്പാദിക്കുന്ന

തെല്ലാം ധൂർത്തടിക്കുന്ന സ്വഭാവമായിരുന്നു അയാളുടെ ഭാര്യയ്ക്ക്.

ഒരു ദിവസം തോട്ടത്തിലെ വരുമാനം വാങ്ങാൻ സൈമൺ ചെന്നു. പക്ഷേ അവിടെ പണമൊന്നും ഉണ്ടായിരുന്നില്ല. അയാളുടെ കാര്യസ്ഥൻ പറഞ്ഞു: "നമുക്കു കുതിരകളില്ല, പശുക്കളില്ല, മീൻപിടിക്കാനുള്ള വലകളില്ല,

പണിയായുധങ്ങളൊന്നുമില്ല. ആദ്യം ഇതൊക്കെ വാങ്ങണം. വരുമാനത്തിന്റെ കാര്യം എന്നിട്ടു ചിന്തിച്ചാൽ മതി."

ഇതു കേട്ടു സൈമൺ തന്റെ പിതാവിനെ സമീപിച്ചു പറഞ്ഞു:

"പിതാവേ, അങ്ങു വലിയ പണക്കാരനാണ്. എന്നാൽ ഇതുവരെ എനിക്കൊന്നും തന്നിട്ടില്ല. അങ്ങേയ്ക്കുള്ള സ്വത്തിന്റെ മൂന്നിലൊന്ന് എനിക്കവകാശപ്പെട്ടതാണല്ലോ. അതെനിക്ക് തരിക."

അവന്റെ പിതാവായ വൃദ്ധ കർഷകൻ പറഞ്ഞു:

"ഈ വീടിനു വേണ്ടി നീ എന്തെങ്കിലും ചെയ്തിട്ടുണ്ടോ? പിന്നെ എന്തിന്റെ അടിസ്ഥാനത്തിലാണു നീ മൂന്നിലൊന്ന് അവകാശം ചോദിക്കുന്നത്? അങ്ങനെ ചെയ്താൽ അത് ഇവാനോടും അവന്റെ സഹോദരിയോടുമുള്ള അനീതിയായിരിക്കും."

'അതൊക്കെ ശരി.' സൈമൺ പറഞ്ഞു "പക്ഷേ, അവനൊരു വിഡ്ഢിയാണ്. അവളാണെങ്കിൽ ഊമയും. അവനിതുകൊണ്ട് എന്തുചെയ്യാനാണ്?"

"ഇവാൻ എന്തു പറയുമെന്ന് നോക്കാം."

സൈമൺ ഇവാനെ സമീപിച്ചു.

"ചേട്ടൻ, ചേട്ടന്റെ വീതം എടുത്തുകൊള്ളട്ടെ." ഇവാൻ പറഞ്ഞു.

സൈമൺ തന്റെ ഓഹരി വാങ്ങി. വീണ്ടും സൈനിക സേവനത്തിനു പുറപ്പെട്ടു.

വ്യാപാരിയായ ടാറസിന് വെച്ചടി വെച്ചടി കയറ്റമായിരുന്നു. അയാൾ ഒരു വലിയ പണക്കാരനായിത്തീർന്നു. ഒരു വ്യാപാരിയുടെ മകളെ വിവാഹം കഴിച്ചു. പക്ഷേ,

അയാൾക്കും കിട്ടിയതുകൊണ്ട് സംതൃപ്തനാകാൻ കഴിഞ്ഞില്ല. അയാളുടെ ആഗ്രഹങ്ങൾ പെരുകിവന്നു. അയാളും പിതാവിനെ സമീപിച്ചു പറഞ്ഞു:

"എനിക്കെന്റെ വിഹിതം തരിക."

എന്നാൽ വൃദ്ധൻ ഈ ആവശ്യം അംഗീകരിക്കാൻ കൂട്ടാക്കിയില്ല. അയാൾ പറഞ്ഞു:

"ഇക്കാണുന്ന സ്വത്തു സമ്പാദിച്ചതിൽ നിനക്ക് ഒരു പങ്കുമില്ല. ഇതത്രയും ഇവാന്റെ കഠിനാധ്വാനത്തിന്റെ ഫലമാണ്. നിനക്ക് അതിൽ ഓഹരി തരുന്നത് ഇവാനോടും

നിങ്ങളുടെ സഹോദരിയോടും ചെയ്യുന്ന അനീതിയായിരിക്കും.”

ടാറസ് പറഞ്ഞു: “അവനിതിന്റെ ആവശ്യമൊന്നുമില്ല. അവൻ ഒരു വിഡ്ഢി. അവൻ കല്ല്യാണം കഴിക്കാനൊന്നും പോകുന്നില്ല. അവനെ ആർക്കും വേണ്ട. അവൾക്കാണെങ്കിൽ ഒന്നിന്റേയും ആവശ്യവുമില്ല; അവൾ ജന്മനാ ഊമയാണല്ലോ.” എന്നിട്ടയാൾ ഇവാനോടു പറഞ്ഞു “നിന്റെ ധാന്യത്തിൽ പകുതി എനിക്കു തരിക. പണിയായുധങ്ങളോ

മീൻവലയോ ഒന്നും എനിക്കു വേണ്ട. ആ തവിട്ടു പെൺകുതിരയെ ഞാനെടുക്കും; അവളെക്കൊണ്ട് നിലമുഴാൻ എന്തായാലും പറ്റില്ലല്ലോ.”

ഇവാൻ ചിരിച്ചുകൊണ്ട് പറഞ്ഞു: “അതിനെന്താ, ചേട്ടൻ ആവശ്യപ്പെട്ടത് കിട്ടാൻ ഞാൻ ഏർപ്പാടാക്കാം.”

തുടർന്ന ടാറസ് തവിട്ടു നിറമുള്ള കുതിരയും ധാന്യവുമായി നഗരത്തിലേക്ക് യാത്രയായി. ഇവാന് പ്രായമായൊരു കുതിര മാത്രമായി. അതുകൊണ്ടു വേണമായിരുന്നു അവന് അച്ഛനും അമ്മയും സഹോദരിയുമടങ്ങുന്ന കുടുംബത്തിന്റെ കാര്യങ്ങൾ നോക്കാൻ.

2. മൂത്തപിശാചും കുട്ടിപ്പിശാചുക്കളും

പാതാളത്തിൽ ഇരുന്നുകൊണ്ട് മൂത്ത പിശാച് ഇതെല്ലാം ശ്രദ്ധിക്കുന്നുണ്ടായിരുന്നു. സ്വത്തുവിഭജനത്തിന്റെ കാര്യത്തിൽ ഇവാനും സഹോദരന്മാരും തമ്മിൽ കലഹമുണ്ടാകുമെന്ന് പ്രതീക്ഷിച്ചിരുന്ന മൂത്ത പിശാച് നിരാശനായി. കാര്യങ്ങൾ സമാധാനത്തോടെ അവസാനിച്ചത് കക്ഷിക്ക് ഒട്ടും തന്നെ ഇഷ്ടപ്പെട്ടില്ല. തന്റെ അനുചരന്മാരായ മൂന്നു കുട്ടിപ്പിശാചുക്കളെ വിളിച്ചു മൂപ്പർ പറഞ്ഞു:

"നോക്കൂ.....അവിടെ മൂന്നു സഹോദരന്മാരുണ്ട്. സൈമൺ എന്ന പട്ടാളക്കാരൻ, ടാറസ് എന്ന വ്യാപാരി പിന്നെ വിഡ്ഢിയായ ഇവാനും. അവർ തമ്മിൽ വഴക്കുണ്ടാക്കിയേ മതിയാവൂ. ഇപ്പോൾ അവർ സമാധാനമായി പരസ്പരം സഹകരണത്തോടെ കഴിയുന്നു. ആ വിഡ്ഢി എന്റെ പദ്ധതികളെല്ലാം നശിപ്പിച്ചു. ഇനി നിങ്ങൾ പോയി എന്തെങ്കിലും ചെയ്ത് അവർ തമ്മിൽ തല്ലി തലകീറുന്ന സാഹചര്യം ഉണ്ടാക്കണം. നിങ്ങൾക്കതു കഴിയുമോ?"

"തീർച്ചയായും." അവർ പ്രതിവചിച്ചു.

"നിങ്ങളെങ്ങനെയാണത് ചെയ്യുക?"

"ഇതാണു വഴി: ഞങ്ങളവരുടെ സ്വത്തുക്കളെല്ലാം നശിപ്പിച്ച് തിന്നാനും കുടിക്കാനും ഒന്നുമില്ലാത്തവരാക്കും. എന്നിട്ടവരെയെല്ലാം കൂടി ഒരു വീട്ടിലെത്തിക്കും. പിന്നീടവർ തീർച്ചയായും തമ്മിൽ തല്ലിക്കോളും."

കുട്ടിപ്പിശാചുക്കൾ പറഞ്ഞു.

"വളരെ നല്ല ആശയം" മൂത്ത പിശാച് പറഞ്ഞു. "നിങ്ങൾക്ക് പണി അറിയാം. എങ്കിൽ നിങ്ങൾ ഉടൻ പുറപ്പെടുക. അവന്മാരെ തമ്മിൽ തല്ലിച്ചിട്ടേ മടങ്ങാവൂ. അല്ലെങ്കിൽ മൂന്നിന്റെയും തൊലി ഞാനുരിക്കും."

മൂന്നു കുട്ടിപ്പിശാചുക്കളും കൂടി ഒരു ചതുപ്പുനിലത്തിൽ ചെന്ന് കുത്തിയിരുന്നു ഭാവി പരിപാടികളെപ്പറ്റി വിശദമായി ആലോചിച്ചു തുടങ്ങി. അവർ തമ്മിൽ കുറേ നേരം തർക്കിച്ചു. എളുപ്പമുള്ള പണിക്കു വേണ്ടി ഓരോരുത്തരും വാശിപിടിച്ചതുകൊണ്ട് തർക്കം നീണ്ടുപോയി. ഓരോരുത്തരും ഏതു സഹോദരന്റെ പക്കലേക്കു പോകണമെന്ന കാര്യത്തിൽ ഒരു തീരുമാനത്തിലെത്താനാകാതെ വന്നപ്പോൾ നറുക്കിടാൻ തീരുമാനിച്ചു. മാത്രമല്ല ആദ്യം ജോലി കഴിയുന്നവൻ മറ്റുള്ളവരുടെ സഹായത്തിനെത്തണമെന്നും ധാരണയായി. ഇപ്രകാരം നറുക്കിട്ടു തീരുമാനമായപ്പോൾ ചതുപ്പിൽ വീണ്ടും കണ്ടുമുട്ടാനുള്ള സമയം അവർ നിശ്ചയിച്ചു. ജോലി പൂർത്തിയാക്കിയതാരാണെന്നും സഹായം ആർക്കാണ് വേണ്ടതെന്നും അറിയണമല്ലോ.

പറഞ്ഞ ദിവസം മൂന്നു കുട്ടിപ്പിശാചുക്കളും ചതുപ്പിൽ വീണ്ടും ഒത്തുകൂടി. അവർ അനുഭവങ്ങൾ പങ്കുവെച്ചു. സൈമണിന്റെ പക്കലേക്കു പോയ ഒന്നാമൻ പറഞ്ഞു:

“ഞാൻ ഏറ്റെടുത്ത ജോലി ഭംഗിയായി നിർവ്വഹിച്ചിട്ടുണ്ട്. സൈമൺ നാളെത്തന്നെ അവന്റെ പിതൃഭവനത്തിലേക്ക് മടങ്ങും.”

എങ്ങനെ അക്കാര്യം സാധിച്ചു എന്നറിയാൻ മറ്റു കുട്ടിപ്പിശാചുകൾക്കു തിടുക്കമായി.

‘ശരി’ ഒന്നാമൻ പറഞ്ഞുതുടങ്ങി: “ആദ്യമായി ഞാൻ ചെയ്തത് സൈമണിന്റെ ധൈര്യം അമിതമായി വർദ്ധിപ്പിക്കുകയായിരുന്നു. അതിന്റെ ബലത്തിൽ അവൻ ചക്രവർത്തിയെ ചെന്നു കണ്ടു. ലോകം മുഴുവൻ ചക്രവർത്തിക്കു വേണ്ടി വെട്ടിപ്പിടിക്കുമെന്ന് അവൻ വീമ്പിളക്കി. ചക്രവർത്തി അവനെ സൈന്യാധിപനായി നിയമിച്ചു. എന്നിട്ട് അവനെ ഒരു സൈന്യത്തോടൊപ്പം ഇന്ത്യയിലെ വൈസ്രോയിയെ കീഴ്പ്പെടുത്താൻ പറഞ്ഞയച്ചു. അവരുടെ യുദ്ധയാത്രയ്ക്കിടെ അവരാരുമറിയാതെ ഞാനവരുടെ വെടിമരുന്നൊക്കെ നനച്ചുവെച്ചു. മാത്രമല്ല ഇന്ത്യക്കാരുടെ സൈന്യാധിപനെ പോയി കണ്ട് വൈക്കോലിൽ നിന്ന് കൃത്രിമമായി ധാരാളം സൈനികരെ ഉണ്ടാക്കി കൊടുക്കുകയും ചെയ്തു. അങ്ങനെ ശത്രുസൈന്യത്തിന്റെ അംഗസംഖ്യ ഞാൻ പല മടങ്ങു പെരുപ്പിച്ചു.

വിജയപ്രതീക്ഷയോടെ മുന്നേറിയ സൈമണിന്റെ സൈന്യം തങ്ങളെ ശത്രുക്കൾ വളഞ്ഞിരിക്കുന്നതായി കണ്ടു. ശത്രുസൈന്യത്തിന്റെ നേരേ തോക്കുകളും പീരങ്കികളും പ്രയോഗിക്കാൻ സൈമൺ ആജ്ഞാപിച്ചു. എന്നാൽ വെടിമരുന്ന് ഞാൻ നേരത്തേ നനച്ചുവെച്ചിരുന്നതുകൊണ്ട് പട്ടാളക്കാർക്കു വെടിവയ്ക്കാൻ കഴിഞ്ഞില്ല. ധൈര്യം നഷ്ടപ്പെട്ട അവർ പേടിച്ച് ചിതറിയോടി. അങ്ങനെ സൈമൺ തോറ്റു തുന്നംപാടി. ക്ഷുഭിതനായ ചക്രവർത്തി

സൈമണിന്റെ സ്വത്തുക്കളെല്ലാം കണ്ടുകെട്ടി. സൈമൺ തടവിലുമായി. നാളെ അവൻ വധിക്കപ്പെടും. എനിക്കിനി ഒരു പണികൂടിയേ ബാക്കിയുള്ളൂ. നാളെ അവനെ എങ്ങനെയെങ്കിലും തടവറയിൽ നിന്നും രക്ഷപ്പെടുത്തണം. അതു കഴിഞ്ഞാൽ നിങ്ങളിൽ ആരെ വേണമെങ്കിലും സഹായിക്കാൻ ഞാൻ തയ്യാർ."

അപ്പോൾ രണ്ടാമത്തെ കുട്ടിപ്പിശാച്-ടാറസിന്റെ പക്കലേക്കു പോയ വിദ്വാൻ പറഞ്ഞു: "എനിക്കിനി ആരുടേയും സഹായത്തിന്റെ ആവശ്യമില്ല. ഞാനേറ്റെടുത്ത ജോലി ഭംഗിയായി നടക്കുന്നുണ്ട്. ഒരാഴ്ചയ്ക്കകം ടാറസിന്റെ കാര്യം ഒരു വഴിക്കാകും. ആദ്യം ഞാൻ ചെയ്തത് അവന്റെ അത്യാഗ്രഹം വർദ്ധിപ്പിക്കുകയായിരുന്നു. കാണുന്നതെല്ലാം സ്വന്തമാക്കണമെന്ന മോഹം അയാൾക്കു പിടിപെട്ടു. ഉണ്ടായിരുന്ന പണമെല്ലാം ഇങ്ങനെ തീർന്നു കഴിഞ്ഞപ്പോൾ അയാൾ കടം വാങ്ങാൻ തുടങ്ങി. ഇപ്പോൾ അയാൾ ശരിക്കും കുടുക്കിൽപ്പെട്ടിരിക്കയാണ്. മിക്കവാറും അടുത്തയാഴ്ചയാകുമ്പോഴേക്കും അയാൾ പണം മടക്കിനൽകേണ്ട കാലാവധി അവസാനിക്കും. കടക്കാർ വന്ന് അയാളുടെ ചരക്കുകളെല്ലാം പിടിച്ചെടുക്കും. അതോടെ കാൽക്കാശിനു ഗതിയില്ലാതായി തീരുന്ന അയാൾ തറവാട്ടിലേക്കു മടങ്ങി വരും."

രണ്ടാമത്തെ കുട്ടിപ്പിശാച് ഇതു പറഞ്ഞു കഴിഞ്ഞപ്പോൾ അവൻ ഇവാന്റെ പക്കലേക്കു പോയ മൂന്നാമന്റെ ദൗത്യം എത്രത്തോളമായി എന്നന്വേഷിച്ചു.

"എന്റെ കാര്യം അൽപ്പം വിഷമത്തിലാണ്." മൂന്നാം കുട്ടിപ്പിശാച് പറഞ്ഞു. "ആദ്യം ഞാൻ ചെയ്തത് അയാൾ രാവിലെ കുടിക്കുന്ന കട്ടൻചായയിൽ തുപ്പിവയ്ക്കുകയാ

യിരുന്നു. അതു കുടിച്ചതോടെ അയാൾക്ക് കലശലായ വയറുവേദന ഉണ്ടായി. എന്നിട്ടും നിലമുഴാൻ അയാൾ വയലിൽ പോയി. അപ്പോൾ ഒരുതരത്തിലും ഉഴാൻ പറ്റാത്ത വിധം വയലിലെ മണ്ണ് ഞാൻ ഇടിച്ചു കല്ലുപോലെ കടുപ്പമുള്ളതാക്കി. ആ വിഡ്ഢി പിന്മാറുമെന്നാണ് ഞാൻ കരുതിയത്. പക്ഷേ അവനുണ്ടോ വിടുന്നു? വയറുവേദനകൊണ്ട് ഞരങ്ങിക്കൊണ്ടാണെങ്കിലും അവൻ നിലമുഴാൻ തുടങ്ങി. അപ്പോൾ ഞാൻ കലപ്പ ഒടിച്ചു. അവൻ വേറൊരു കലപ്പ കൊണ്ടുവന്ന് പണി തുടർന്നു. ഞാൻ മണ്ണിനടിയിലൂടെ ചെന്ന് കലപ്പക്കൊഴുവിൽ പിടികൂടി. എന്നാൽ അവൻ വിട്ടില്ല. ശക്തിയോടെ കലപ്പയുന്തി. കൊഴുവിന് നല്ല മൂർച്ചയുണ്ടായിരുന്നു. അതുകാരണം എന്റെ കൈ മുറിഞ്ഞു. ഞാനീ പണിയെല്ലാം ചെയ്തിട്ടും അവൻ ജോലി തുടർന്നു; എങ്കിലും ഒരൽപ്പം സ്ഥലം കൂടി ഉഴാൻ ബാക്കിയുണ്ട്." അവൻ ഇങ്ങനെ പറഞ്ഞവസാനിപ്പിച്ചു:

"അതുകൊണ്ട് സഹോദരങ്ങളേ, എനിക്കു നിങ്ങളുടെ സഹായം ആവശ്യമുണ്ട്. എന്തെന്നാൽ അവനെ നമ്മൾ അടക്കിയില്ലെങ്കിൽ നമ്മുടെ പദ്ധതികളെല്ലാം അവതാളത്തിലാകും. ആ വിഡ്ഢിയെ അവന്റെ കൃഷിപ്പണികൾ മുഴുമിക്കാൻ അനുവദിച്ചാൽ അവൻ പിന്നെ അവന്റെ സഹോദരന്മാരുടെ സംരക്ഷണം ഏറ്റെടുക്കും."

3. ഒന്നാമത്തെ കുട്ടിപ്പിശാച്

തലേന്ന്, തന്റെ കൃഷിസ്ഥലം ഒട്ടുമുക്കാലും ഉഴുതു തീർക്കാൻ ഇവാനു കഴിഞ്ഞിരുന്നു. എങ്കിലും ഒരൽപ്പം കൂടി ബാക്കിയുണ്ട്. അതു മുഴുമിക്കാൻ പിറ്റേന്നു കാലത്തു തന്നെ അയാൾ കലപ്പയും കുതിരയുമായി പുറപ്പെട്ടു. വയറ്റിലെ വേദനയ്ക്ക് കുറവൊന്നുമുണ്ടായിരുന്നില്ല. എങ്കിലും പണി പൂർത്തിയാക്കാൻ തന്നെ അയാൾ ഉറച്ചു. കുതിരകളുടെ ചുമലിൽ കലപ്പ ബന്ധിച്ച് ഉഴാനാരാംഭിച്ചു. പക്ഷേ, ഒരു കുഴപ്പം; കലപ്പ മുന്നോട്ടു നീങ്ങുന്നില്ല. കൊഴു ഏതോ വേരിൽ തട്ടി നിൽക്കുകയാണെന്നു തോന്നുന്നു. നല്ല ബലമുള്ള വേരായിരിക്കണം. എത്ര ശ്രമിച്ചിട്ടും കലപ്പ നീങ്ങുന്നില്ല. വാസ്തവത്തിൽ ഇത് കുട്ടിപ്പിശാചിന്റെ പണിയായിരുന്നു. അവൻ മണ്ണിനടിയിലൂടെ ഇഴഞ്ഞുചെന്ന് രണ്ട് കൈകൊണ്ടും കലപ്പ നീങ്ങാതെ തടഞ്ഞു വച്ചിരിക്കയായിരുന്നു.

“ഇതു വിചിത്രമായിരിക്കുന്നു.” ഇവാൻ തന്നോടുതന്നെ പറഞ്ഞു. “ഇവിടെ പണ്ടൊന്നും ഇങ്ങനെയൊരു വേരുണ്ടാ

യിരുന്നില്ലല്ലോ. ഇപ്പോഴിത് എവിടുന്നു വന്നു?"

ഇവാൻ വിടുമോ? അയാൾ കൈകൊണ്ട് മണ്ണിനടിയിൽ പരതി. അപ്പോൾ വളരെ മാർദ്ദവമുള്ള എന്തിലോ കൈ തടഞ്ഞു. അതിൽ പിടികൂടി വലിച്ചു പുറത്തിട്ടു. ഒറ്റനോട്ടത്തിൽ അതൊരു വേരാണെന്നു തോന്നും പക്ഷേ അൽപം കഴിഞ്ഞപ്പോൾ അതിന്റെ ആകൃതി മാറി. അതിനു ചലനമുണ്ടായി. ഇവാൻ അതു പൊക്കിപ്പിടിച്ചു. കുട്ടിപ്പിശാച് ഇവാന്റെ കൈകളിൽ കിടന്ന് പിടഞ്ഞു. വെറുപ്പോടെ ഇവാൻ പറഞ്ഞു: "എന്തൊരു വൃത്തികെട്ട ജന്തു." ഇവാൻ അതിന്റെ

കാലിൽ ചുറ്റിപ്പിടിച്ച് കറക്കി. നിലത്തടിച്ചു കൊല്ലാനായിരുന്നു ഇവാന്റെ പദ്ധതി. അപ്പോൾ കുട്ടിപ്പിശാച് ഉറക്കെ നിലവിളിച്ചു.

"അയ്യോ എന്നെ കൊല്ലരുതേ; അങ്ങയുടെ ഏതാഗ്രഹവും ഞാൻ സാധിച്ചു തരാം."

"നീയെനിക്ക് എന്തു ചെയ്തുതരും?"

"അങ്ങയുടെ ഏറ്റവും വലിയ ആഗ്രഹം എന്താണ്? എന്നോടു പറയൂ." കുട്ടിപ്പിശാച് പറഞ്ഞു.

ഇവാൻ അൽപനേരം ഗാഢമായി ചിന്തിച്ചു. ചിന്തയുടെ ഭാഗമായി തലയുടെ പിൻഭാഗം കലശലായി ചൊറിഞ്ഞു കൊണ്ടിരുന്നു. ഒടുവിൽ അയാൾ പറഞ്ഞു:

"എനിക്കു ഭയങ്കര വയറുവേദന; നിനക്കതു മാറ്റാൻ കഴിയുമോ?"

"തീർച്ചയായും." കുട്ടിപ്പിശാച് പറഞ്ഞു.

"എങ്കിൽ മാറ്റിത്താ." ഇവാൻ പറഞ്ഞു.

കുട്ടിപ്പിശാച് നിലത്തേക്കു കുനിഞ്ഞ് മണ്ണിനടിയിൽ കുറേനേരം പരതി. ചില വേരുകൾ തിരയുകയാണവൻ. അങ്ങനെ കണ്ടുകിട്ടിയ വേരുകൾ അവൻ ഇവാന് സമ്മാനിച്ചുകൊണ്ട് പറഞ്ഞു: "ഇതിലൊന്ന് വിഴുങ്ങിയാൽ അങ്ങയുടെ ഏതസുഖവും മാറും."

ഇവാൻ ഉടൻ ഒരു വേരെടുത്തു വിഴുങ്ങി. പെട്ടെന്നുതന്നെ അയാളുടെ വയറുവേദന മാറുകയും ചെയ്തു.

"ഇനി എന്നെ പോകാൻ അനുവദിക്കണം." കുട്ടിപ്പിശാച് അപേക്ഷിച്ചു. "ഞാൻ ഭൂമിക്കടിയിലേക്ക് പോയ്ക്കൊള്ളാം. ഇനി ഒരിക്കലും മടങ്ങിവരികയും ഇല്ല."

"അങ്ങനെയാകട്ടെ."

ഇവാൻ പറഞ്ഞു: "നിനക്കിനി പോകാം. ദൈവം നിന്നെ അനുഗ്രഹിക്കട്ടെ."

'ദൈവം' എന്ന വാക്ക് ഇവാൻ ഉച്ചരിച്ചതും കുട്ടിപ്പിശാച് ഒരു മിന്നൽപോലെ ഭൂമിക്കടിയിലേക്ക് മറഞ്ഞതും ഒന്നിച്ചുകഴിഞ്ഞു. അവൻ മറഞ്ഞ സ്ഥാനത്ത് ഭൂമിയിൽ ഒരു ദ്വാരം മാത്രം അവശേഷിപ്പിച്ചു.

ബാക്കിയുള്ള വേരുകൾ ഇവാൻ തന്റെ തൊപ്പിക്കുള്ളിൽ നിക്ഷേപിച്ചു. നിലമുഴൽ പുനരാരംഭിച്ചു. പണി കഴിഞ്ഞപ്പോൾ കലപ്പ അഴിച്ചെടുത്ത് അയാൾ വീട്ടിലേക്കു പോയി.

ഇവാൻ വീട്ടിലെത്തിയപ്പോൾ തന്റെ മൂത്ത ജ്യേഷ്ഠൻ സൈമൺ ഊണുമേശയ്ക്കരികെ ഇരിക്കുന്നതാണ് കണ്ടത്. സൈമണിന്റെ ഭാര്യയുമുണ്ട് ഒപ്പം. പട്ടാളക്കാരനായ അയാളുടെ എസ്റ്റേറ്റുകളെല്ലാം രാജാവ് പിടിച്ചെടുത്തിരുന്നു.

ജയിലിൽ നിന്നും വധശിക്ഷയിൽ നിന്നും വല്ലവിധവും രക്ഷപ്പെട്ട് വന്നിരിക്കയാണ്. ജീവിക്കാൻ മാർഗ്ഗമൊന്നുമില്ല. സഹായത്തിനായി സ്വന്തം പിതാവിന്റെ അടുത്തെത്തിയതാണ്.

ഇവാനോട് അയാൾ പറഞ്ഞു: "ഞാനെന്തെങ്കിലും ഒരു ജീവിതമാർഗ്ഗം കണ്ടുപിടിക്കുന്നതു വരെ ഞങ്ങളുടെ കാര്യം നീ നോക്കണം."

"അങ്ങനെയാകട്ടെ." ഇവാൻ പറഞ്ഞു. "ചേട്ടന് എന്റെ കൂടെ താമസിക്കാം."

ഇവാൻ അവർക്കൊപ്പം ഊണുമേശയ്ക്കരികെ ഇരിക്കാൻ തുടങ്ങിയപ്പോൾ സൈമണിന്റെ ഭാര്യയുടെ മുഖം ചുളിഞ്ഞു. ഇവാൻ ആട്ടിൻതോലുകൊണ്ടുള്ള ഒരു കോട്ടു ധരിച്ചിരുന്നു. അതിന്റെ ദുർഗന്ധം അവർക്കിഷ്ടപ്പെട്ടില്ല. അവർ ഭർത്താവിനോട് ഇപ്രകാരം പറഞ്ഞു: " ഇങ്ങനെ നാറുന്ന ഒരു കൃഷിക്കാരനൊപ്പമിരിക്കാൻ എനിക്കു വയ്യ."

സൈമൺ ഇവാനോടു പറഞ്ഞു: "എന്റെ ഭാര്യക്കു നിന്റെ വസ്ത്രങ്ങളുടെ ഗന്ധം പിടിക്കുന്നില്ല. നീ ആ ചായ്പിലെങ്ങാനും ചെന്നിരുന്ന് ഭക്ഷണം കഴിക്ക്."

ഇവാൻ പറഞ്ഞു: "ഓ, അതിനെന്താ? എനിക്കെല്ലായിടവും ഒരുപോലെ തന്നെ. മാത്രമല്ല കുതിരയ്ക്ക് തീറ്റകൊടുക്കാൻ എനിക്കെന്തായാലും ഉടൻ പോയേ മതിയാകൂ."

ഒരു കയ്യിൽ കുറച്ചു റൊട്ടിയുമെടുത്ത് മറുകയ്യിൽ തന്റെ കോട്ടും തൂക്കി ഇവാൻ ഭക്ഷണമുറി വിട്ടുപോയി.

4. ഇവാനും രണ്ടാമത്തെ കുട്ടിപ്പിശാചും

സൈമണെ നശിപ്പിക്കാൻ പോയ കുട്ടിപ്പിശാച് തന്റെ ജോലി ഭംഗിയായി തീർത്തു. മുൻകരാറനുസരിച്ച് അവൻ ഇവാന്റെ പക്കലേക്കു പോയ പിശാചിനെ സഹായിക്കാൻ ചെന്നു. ഇവാനെ എങ്ങനെയെങ്കിലും തോൽപ്പിക്കണമല്ലോ. വയലിലെല്ലാം അവൻ തന്റെ സുഹൃത്തിനെ അന്വേഷിച്ചു നടന്നു. അവിടെയെങ്ങും അവനെ കണ്ടെത്താനായില്ല. ഒടുവിൽ കുട്ടിപ്പിശാച് അപ്രത്യക്ഷമായ മാളം അവൻ കണ്ടു.

"ഇതു വിചിത്രമായിരിക്കുന്നു." അവൻ പറഞ്ഞു: "എന്റെ സുഹൃത്തിന് എന്തോ അപകടം പിണഞ്ഞിരിക്കുന്നു. അതിനാൽ അവൻ തുടങ്ങിവച്ച ജോലി പൂർത്തിയാക്കേണ്ടത് ഇനി എന്റെ ഉത്തരവാദിത്തമാണ്. ഇവാൻ എന്ന ആ വിഡ്ഢി നിലമുഴുന്ന പണി തീർത്തിരിക്കുന്നു. ഇനി അവനെ തകർക്കാൻ വേറെ വഴി കാണണം. അവൻ പുല്ലരിയാൻ വരുമ്പോൾ പുൽത്തകിടി ഞാൻ വെള്ളത്തിൽ മുക്കും. അവൻ പുല്ലരിയുന്നതൊന്നു കാണണമല്ലോ."

കുട്ടിപ്പിശാച് ആ പുൽത്തകിടിയെ ചെളിവെള്ളം കൊണ്ടു നിറച്ചു. ഇവാൻ പിറ്റേന്നു പുല്ലുവെട്ടി മാറ്റാനുള്ള കത്തിയും മറ്റ് സാമഗ്രികളുമായി വന്നു. എത്ര ശ്രമിച്ചിട്ടും പുല്ലു മുറിഞ്ഞുകിട്ടുന്നില്ല.

പുല്ലുമുറിക്കാൻ ഇവാൻ പല പണിയും നോക്കി. ഒന്നും വിജയിച്ചില്ല. ഇവാൻ തളർന്നു. അയാൾ തൽക്കാലം മട ങ്ങിപ്പോകാൻ തീരുമാനിച്ചു.

വീട്ടിൽ ചെന്ന് അരിവാളിന്റെ മൂർച്ച കൂട്ടണം. എന്തെ ങ്കിലും കഴിക്കുകയും വേണം. അയാൾ തന്നോടുതന്നെ പറഞ്ഞു: “ഞാൻ തിരിച്ചുവന്ന് ഈ പുല്ലു മുഴുവൻ അരിയും. അതിനിനി ഒരാഴ്ച എടുത്താലും വേണ്ടില്ല.”

ഇതു കുട്ടിപ്പിശാച് കേട്ടു. “ഇവനൊരു വല്ലാത്ത ഉരു പ്പടി തന്നെ” അവൻ വിചാരിച്ചു. “ഇവനെ തോൽപ്പിക്കാൻ മറ്റെന്തെങ്കിലും വിദ്യ പ്രയോഗിച്ചേ പറ്റൂ.”

അരിവാൾ രാകി മൂർച്ചകൂട്ടി ഇവാൻ പെട്ടെന്നുതന്നെ തിരിച്ചുവന്നു. പുല്ലരിയാൻ ആരംഭിച്ചു.

ഈ സമയം കുട്ടിപ്പിശാച് എന്തു ചെയ്തെന്നോ? അവൻ പുല്ലുകൾക്കുള്ളിൽ ഒളിച്ചു. ഇവാൻ പുല്ലരിയാൻ ശ്രമിക്കുമ്പോൾ അവൻ അരിവാൾ പിടിച്ചു മണ്ണിൽ പൂഴ്ത്തും. അതിനാൽ പുല്ലരിയുക എന്നത് ഇവാന് അങ്ങേ യറ്റം വിഷമകരമായി തീർന്നു. എന്നിരുന്നാലും ഇവാൻ വല്ലവിധത്തിലും ചെറിയൊരു ചതുപ്പു പ്രദേശമൊഴികെ ബാക്കി എല്ലായിടത്തെ പുല്ലും അരിഞ്ഞു നീക്കി. ആ ചതു പ്പിൽ ഒളിച്ചിരുന്നുകൊണ്ട് കുട്ടിപ്പിശാച് ശപഥം ചെയ്തു. “എന്തു വന്നാലും, എന്റെ കൈ മുറിഞ്ഞുപോ യാൽത്തന്നെയും പണി പൂർത്തിയാക്കാൻ ഇവാനെ ഞാൻ അനുവദിക്കുകയില്ല.”

ഇവാൻ വീണ്ടും ചതുപ്പിലെ പുല്ലരിയാൻ തുടങ്ങി. അവിടത്തെ പുല്ലിനു വലിയ കട്ടിയൊന്നുമുള്ളതായി തോന്നിയിരുന്നില്ല. പക്ഷേ മുറിഞ്ഞുകിട്ടുന്നില്ല. ഇവാനു കോപം വന്നു. അയാൾ സർവ്വശക്തിയും ഉപയോഗിച്ച് അരിവാൾ പുല്ലിന്മേൽ തലങ്ങും വിലങ്ങും പ്രയോഗിച്ചു. ഈ ശ്രമത്തിൽ പുല്ലിന്റെ കൂട്ടത്തിൽ കുട്ടിപ്പിശാചിന്റെ വാലിന്റെ അറ്റംകൂടി മുറിഞ്ഞുപോന്നു. അവൻ അവിടെ ഒളിച്ചിരിക്കയായിരുന്നല്ലോ.

കുട്ടിപ്പിശാചിന്റെ ശ്രമങ്ങളെയെല്ലാം പരാജയപ്പെടുത്തിക്കൊണ്ട് ഇവാൻ തന്റെ പണി പൂർത്തിയാക്കുക തന്നെ ചെയ്തു. വീട്ടിൽ തിരിച്ചു ചെന്ന ഇവാൻ, അരിഞ്ഞിട്ട പുല്ലു വാരിക്കൂട്ടാൻ തന്റെ സഹോദരിയോടു പറഞ്ഞിട്ടു വയലിലേക്കു പോയി. വിളഞ്ഞു പാകമായ നെല്ലു കൊയ്തെടുക്കാൻ ആരംഭിച്ചു. കുട്ടിപ്പിശാചുണ്ടോ പിൻമാറുന്നു! അവൻ ഇവാനെ പിന്തുടർന്നു പാടത്തെത്തി. ഇവാനു കൊയ്തെടുക്കാൻ പ്രയാസമായ മട്ടിൽ അവൻ നെൽച്ചെടികളെ കൂട്ടിപ്പിടിച്ചുനിർത്തി. ഇവാനും വിട്ടില്ല. കഠിനമായി യത്നിച്ചു തന്നെ ഇവാൻ നെല്ലു കൊയ്തു തീർത്തു. “ഇനി ഗോതമ്പു കൊയ്യണം.” ഇവാൻ സ്വയം പറഞ്ഞു. അപ്പോൾ സമയം സന്ധ്യയായിരുന്നു.

അതുകേട്ട കുട്ടിപ്പിശാച് ഇങ്ങനെ വിചാരിച്ചു.

“നെല്ലു കൊയ്യുന്നതിൽ നിന്ന് അവനെ തടയാൻ എനിക്കു കഴിഞ്ഞില്ല. നാളെ കാലത്ത് ഗോതമ്പു കൊയ്യുമ്പോൾ തീർച്ചയായും അവനെ ഞാൻ തടയും. നേരം ഒന്ന് പുലർന്നോട്ടെ.”

പിറ്റേന്ന് അതിരാവിലെ കുട്ടിപ്പിശാച് ഗോതമ്പു പാടത്ത് എത്തിയപ്പോൾ കണ്ട കാഴ്ച! ഗോതമ്പു മുഴുവൻ

രാത്രി തന്നെ ഇവാൻകൊയ്തു തീർത്തിരിക്കുന്നു. പകൽച്ചൂടിൽ നിന്നു രക്ഷപ്പെടാൻ ഇവാൻ കണ്ട മാർഗ്ഗം.

ഇവാൻ വീണ്ടും തന്നെ കബളിപ്പിച്ചു എന്നറിഞ്ഞപ്പോൾ കുട്ടിപ്പിശാചിനുണ്ടായ കോപം ഇത്രയെന്നില്ല. അവൻ പറഞ്ഞു: "ആ വിഡ്ഢി എന്റെ ശരീരം മുഴുവൻ മുറിവുകളുണ്ടാക്കി. എന്റെ വാലുപോയി. ഞാൻ തളർന്ന വശനാവുകയും ചെയ്തു. യുദ്ധക്കളത്തിൽ വച്ചുപോലും ഇത്രയും ഗതികേട് എനിക്കുണ്ടായിട്ടില്ല. ഈ നശിച്ചവന് ഉറക്കവുമില്ലേ?" കുട്ടിപ്പിശാച് ഇങ്ങനെ തീരുമാനിച്ചു: "ഇനി അവന്റെ പിന്നാലെ നടക്കാൻ ഞാനില്ല. പകരം ഞാനവൻ കൊയ്തുകൂട്ടിയ കറ്റകൾക്കിടയിൽക്കടന്ന് അതെല്ലാം കേടു വരുത്തും. കറ്റകൾ അഴുകി നശിക്കട്ടെ."

ഇതനുസരിച്ച് കുട്ടിപ്പിശാച് കറ്റക്കൂമ്പാരത്തിനടുത്തു ചെന്നു. ആദ്യം അവൻ കറ്റകൾ നനച്ചു. പിന്നെ ഒരു തീയുണ്ടാക്കി സ്വയം നന്നായി ചൂടുപിടിച്ചു. പിന്നീട് കറ്റകൾക്കിടയിൽ കയറിക്കൂടി സുഖ നിദ്രയുമാരംഭിച്ചു.

ഇവാൻ തന്റെ വണ്ടിയിൽ കുതിരയെ പൂട്ടി; സഹോദരിയുമൊത്ത് കറ്റകൾ കൊണ്ടുവരാൻ വയലിലേക്കു പോയി. കുന്തംപോലുള്ള ഒരുപകരണം (പല്ലുചീപ്പ്)കൊണ്ട് ഇവാൻ കറ്റകൾ കുത്തിയെടുത്ത് വണ്ടിയിലേക്കിടുകയായിരുന്നു. അങ്ങനെ കുത്തിക്കുത്തി വന്നപ്പോൾ കറ്റകൾക്കിടയിൽ ഉറങ്ങിക്കിടന്ന കുട്ടിപ്പിശാചിന്റെ പുറത്തും കിട്ടി നല്ലൊരു കുത്ത്. കുട്ടിപ്പിശാച് വേദനകൊണ്ട് അലറിവിളിച്ചു. അവൻ ചുറ്റുപാടും മരണവെപ്രാളത്തിൽ ഓടി നടന്നു. തലേ ദിവസം താൻ ഓടിച്ചുവിട്ട കുട്ടിപ്പിശാച് തിരിച്ചുവന്നു എന്നാണ് ഇവാൻ കരുതിയത്.

“വൃത്തികെട്ടവനേ! നീ പിന്നെയും വന്നോ?” ഇവാൻ ചോദിച്ചു.

“ഞാൻ വേറൊരുത്തനാണേ” കുട്ടിപ്പിശാച് കരച്ചിലിനിടയിൽ പറഞ്ഞു. “ഇന്നലെ വന്നത് എന്റെ സഹോദരനായിരുന്നു. നിങ്ങളുടെ ജ്യേഷ്ഠൻ സൈമണിന്റെ അടുത്തുണ്ടായിരുന്നവനാണു ഞാൻ.”

“നീ ആരായിരുന്നാലും എനിക്കു വിരോധമില്ല. നിന്നെ ശരിപ്പെടുത്തിയിട്ടു തന്നെ കാര്യം.” ഇവാൻ കോപത്തോടെ പറഞ്ഞു. അവനെ അടിക്കാനായി കയ്യുയർത്തിയപ്പോൾ കുട്ടിപ്പിശാച് കരഞ്ഞുകൊണ്ട് യാചിച്ചു. “എന്നെ ദയവായി പോകാൻ അനുവദിക്കണം. ഞാൻ അങ്ങേക്കിനി ഒരുപദ്രവവും ചെയ്യുകയില്ല. അങ്ങയുടെ ഏതാഗ്രഹവും ഞാൻ സാധിച്ചുതരും.”

"എനിക്കുവേണ്ടി നിനക്ക് എന്തുചെയ്യാൻ കഴിയും?" ഇവാൻ ചോദിച്ചു.

"പാഴ്വസ്തുക്കളിൽ നിന്നു പട്ടാളക്കാരെ ഉണ്ടാക്കാൻ എനിക്കു കഴിയും." പിശാചു പറഞ്ഞു.

"അവരെക്കൊണ്ടെന്താണു പ്രയോജനം?" ഇവാൻ ചോദിച്ചു.

"അവർ അങ്ങേയ്ക്കുവേണ്ടി എന്തും ചെയ്യും." പിശാചു പറഞ്ഞു.

"അവർ പാടുമോ?"

"പാടും."

"എന്നാൽ കുറേയെണ്ണത്തിനെ ഉണ്ടാക്ക്." ഇവാൻ പറഞ്ഞു.

"ഒരു കെട്ടു വൈക്കോലെടുത്തു പിടിച്ചിട്ട് ഈ മന്ത്രം ചൊല്ലണം" കുട്ടിപ്പിശാചു പറഞ്ഞു.

"വൈക്കോൽകെട്ടേ കേൾക്കൂ നീയെൻ

അടിമതരുന്നൊരു കല്പന

വൈക്കോലെല്ലാം വേഗത്തിൽ

പോരാളികളായ് തീരട്ടെ.

എന്നിട്ടു വൈക്കോലെടുത്തു തറയിൽ വിതറിയിടൂ. ഓരോ വൈക്കോൽ തുണ്ടും ഓരോ പട്ടാളക്കാരനാകുന്നതു കണ്ടോളൂ."

ഇവാൻ ഒരു കെട്ടു വൈക്കോലെടുത്തു മന്ത്രം ചൊല്ലിയിട്ടു തറയിൽ വിതറി. ഓരോ വൈക്കോലും ഉടൻ ഓരോ പട്ടാളക്കാരനായി മാറി. ബാൻഡു വാദ്യത്തോടെ അവർ മാർച്ചുചെയ്യാൻ തുടങ്ങി.

"ഇതുകൊള്ളാം. " ഇവാൻ പറഞ്ഞു. "ഗ്രാമത്തിലെ പെൺകുട്ടികളെ ഈ കാഴ്ച നന്നായി രസിപ്പിക്കും."

അപ്പോൾ കുട്ടിപ്പിശാചു പറഞ്ഞു: "ഇനി എന്നെ പോകാനനുവദിക്കണം. ഇനി അങ്ങേയ്ക്ക് എന്നെക്കൊണ്ട് ആവശ്യമില്ലല്ലോ."

പക്ഷേ ഇവാൻ പറഞ്ഞു: "ഇല്ല, നിന്നെ വിടാനായിട്ടില്ല. നീ വൈക്കോൽ കൊണ്ടു പട്ടാളക്കാരെ ഉണ്ടാക്കി. എനിക്കെന്റെ വൈക്കോൽ തിരിച്ചുകിട്ടണം. അത്രയും വൈക്കോൽ എനിക്കു നഷ്ടപ്പെടുത്താനാകില്ല. അതിലുള്ള ധാന്യമടക്കം എനിക്കു തിരിച്ചുകിട്ടണം."

അപ്പോൾ പിശാചു പറഞ്ഞു: "അതിനായി ഇങ്ങനെ പറയണം"

"എന്നടിമതരുന്നൊരു
കല്പന കേൾക്കുക
പട്ടാളക്കാരെല്ലാം വേഗം
വൈക്കോലായിത്തീരട്ടെ."

ചെകുത്താൻ പറഞ്ഞതുപോലെ ഇവാൻ ചെയ്തു.

പട്ടാളക്കാർ വീണ്ടും വൈക്കോലായി മാറി. അതിലെ ധാന്യമണികളൊന്നും നഷ്ടപ്പെട്ടിട്ടുണ്ടായിരുന്നില്ല.

തന്നെ വിട്ടയയ്ക്കണമെന്നു കുട്ടിപ്പിശാചു പിന്നെയും അഭ്യർത്ഥിച്ചു.

ഇത്രയും നേരം പിശാചിന്റെ പുറത്തു കറ്റ കുത്തുന്ന പല്ലുചീപ്പ് തറഞ്ഞു നില്ക്കുന്നുണ്ടായിരുന്നു. ഇവാൻ അതു വലിച്ചൂരി എന്നിട്ടു പറഞ്ഞു: "പൊയ്ക്കോളൂ. ദൈവം നിന്നെ അനുഗ്രഹിക്കട്ടെ." പഴയതുപോലെത്തന്നെ ദൈവനാമം ഉച്ച രിച്ചതും പിശാച് മിന്നൽ പോലെ ഭൂമിക്കടിയിലേക്കു മറഞ്ഞു. അവൻ മറഞ്ഞിടത്തു മണ്ണിൽ ഒരു ദ്വാരം മാത്രം അവശേഷിച്ചു.

വീട്ടിൽ മടങ്ങിയെത്തിയപ്പോൾ ഇവാൻ തന്റെ രണ്ടാ മത്തെ സഹോദരൻ ടാറസും ഭാര്യയും അവിടെ എത്തിയി രിക്കുന്നതു കണ്ടു. വായ്പ വാങ്ങിയ പണമൊന്നും തിരി ച്ചുകൊടുക്കാൻ പറ്റാത്തതു മൂലം കടക്കാരെ പേടിച്ച് ഒളി ച്ചോടി വന്നു തന്റെ പിതാവിന്റെ പക്കൽ അഭയം പ്രാപിച്ചി രിക്കയാണയാൾ. ഇവാനെ കണ്ടപ്പോൾ അയാൾ പറഞ്ഞു: "ഇവാൻ, പുതിയ ഒരു വ്യാപാരം ആരംഭിക്കുന്നതു വരെ ഞാനിവിടെ കഴിഞ്ഞുകൊള്ളട്ടെ."

നേരത്തെ സൈമണോടു പറഞ്ഞതുപോലെ തന്നെ ഇക്കുറിയും ഇവാൻ മറുപടി പറഞ്ഞു: “ജ്യേഷ്ഠൻ ഇഷ്ടമുള്ള കാലത്തോളം ഇവിടെ താമസിക്കുന്നതിൽ എനിക്കു സന്തോഷമേയുള്ളൂ.” ഇത്രയും പറഞ്ഞ് തന്റെ കോട്ടൂരിയതിനു ശേഷം ഇവാൻ മറ്റുള്ളവർക്കൊപ്പം ഭക്ഷണമേശയ്ക്കരികെ ഇരുന്നു. ടാറസിന്റെ ഭാര്യയ്ക്ക് ഇവാന്റെ വസ്ത്രങ്ങളുടെ ഗന്ധം സഹിക്കാൻ കഴിഞ്ഞില്ല. അവർ പറഞ്ഞു: “ഒരു വിഡ്ഢിയോടൊപ്പം എനിക്കു ഭക്ഷണം കഴിക്കാനാവില്ല. ഇവന്റെ ദുർഗന്ധം എനിക്കു സഹിക്കാൻ പറ്റുന്നില്ല.”

അപ്പോൾ ടാറസ് പറഞ്ഞു: "ഇവാൻ, നിന്റെ വസ്ത്രങ്ങൾക്കു വല്ലാത്ത നാറ്റം. അതുകൊണ്ടു നീ ആ ചായ്പിലോ മറ്റോ പോയിരുന്നു ഭക്ഷണം കഴിക്ക്."

"അല്ലെങ്കിലും" ഒരു കഷണം റൊട്ടിയുമെടുത്ത് പുറത്തേക്കു നടക്കുമ്പോൾ ഇവാൻ പറഞ്ഞു: "എന്റെ കുതിരയ്ക്ക് തീറ്റ കൊടുക്കാൻ സമയമായി."

5. മൂന്നാമത്തെ കുട്ടിപ്പിശാച്

രണ്ടാമത്തെ സഹോദരനായ ടാറസ്സിന്റെ പക്കലേക്കു പോയിരുന്ന കുട്ടിപ്പിശാച് തന്റെ പണി പൂർത്തിയാക്കിയിരുന്നല്ലോ. മുൻധാരണയനുസരിച്ച് ഇവാനെ കീഴടക്കുന്ന കാര്യത്തിൽ മറ്റു കുട്ടിപ്പിശാചുക്കളെ സഹായിക്കാനായി അവൻ പുറപ്പെട്ടു. ആദ്യം അവൻ ഉഴുതുമറിച്ച വയലിലെല്ലാം അന്വേഷിച്ചു. അവിടെ ആദ്യത്തെ കുട്ടപ്പിശാചു മറഞ്ഞ മാളം മാത്രമേ കണ്ടുള്ളൂ. പിന്നെ അയാൾ പുൽത്തകിടി മുഴുവൻ പരതിനടന്നു. അവിടെ നിന്ന് മറ്റേ കുട്ടിപ്പിശാചിന്റെ മുറിഞ്ഞ വാൽ കണ്ടുകിട്ടി. ഗോതമ്പു പാടത്തു ചെന്നു നോക്കി. അപ്പോൾ മറ്റൊരു മാളംകൂടി കണ്ടു.

“അതു ശരി” അവൻ ചിന്തിച്ചു “എന്റെ സഹോദരന്മാർക്ക് കാര്യമായ എന്തോ ദൗർഭാഗ്യം നേരിട്ടിട്ടുണ്ടെന്ന കാര്യം ഉറപ്പാണ്. ഇനി അവരുടെ ജോലികൂടി ഞാനേറ്റെടുത്തേ മതിയാവൂ. ഏതു വിധേനയും ഇവാനെയും സഹോദരന്മാരെയും തമ്മിൽ തെറ്റിക്കണം.”

മൂന്നാമത്തെ കുട്ടിപ്പിശാച് ഇവാനെ അന്വേഷിച്ച് അവി

ടമെങ്ങും നടന്നു. പക്ഷേ വയലിലെ പണി കഴിഞ്ഞതിനാൽ ഇവാൻ അവിടെയെങ്ങും ഉണ്ടായിരുന്നില്ല. അയാൾ ആ സമയം മരം മുറിക്കാൻ കാട്ടിലേക്കു പോയിരിക്കയായിരുന്നു. സഹോദരന്മാർക്കു വെവ്വേറെ വീടു പണിയണം. എല്ലാവർക്കും കൂടി ഒരു വീട്ടിൽ താമസിക്കാൻ പ്രയാസമാണ്.

കുട്ടിപ്പിശാച് ഒടുവിൽ ഇവാനെ കണ്ടെത്തുക തന്നെ ചെയ്തു. അയാൾ മരം മുറിക്കാനൊരുങ്ങുന്നത് അവൻ കണ്ടു. അവൻ മരത്തിന്റെ മുകളിൽ കയറി ഇരിപ്പായി. അവിടെ ഇരുന്നു കൊണ്ട് ഇവാന്റെ ജോലി തടസ്സപ്പെടുത്തുവാൻ തുടങ്ങി. ഇവാൻ ഒരു മരം മുറിച്ചു. പക്ഷേ, അതു താഴെ വീണില്ല. മറ്റു മരങ്ങളുടെ ചില്ലകളിൽ തങ്ങി നിന്നു. കുട്ടിപ്പിശാച് ഒപ്പിച്ച പണിയായിരുന്നു ഇത്. വളരെ കഷ്ടപ്പെട്ടാണ് ആ മരം ഇവാൻ താഴെ വീഴ്ത്തിയത്. അടുത്ത

മരം മുറിച്ചപ്പോഴും ഇതു തന്നെ അവസ്ഥ. അന്ന് അൻപതു മരമെങ്കിലും മുറിക്കണമെന്നാണ് ഇവാൻ വിചാരിച്ചിരുന്നത്. പക്ഷേ സന്ധ്യയായിട്ടും പത്തു മരംപോലും മുറിച്ചിടാൻ അയാൾക്കു പറ്റിയില്ല. വിയർത്തു കുളിച്ചു തളർന്നവശനായ ഇവാൻ കുറേ സമയം വിശ്രമിച്ചു. ഒട്ടു നേരത്തിനു ശേഷം എഴുന്നേറ്റ് ഒരു മരം കൂടി മുറിച്ചു. അതു തള്ളിയിടാൻ ശ്രമിച്ചപ്പോൾ അയാൾക്കു ശക്തമായ പുറംവേദനയുണ്ടായി. അതിനാൽ പണി നിർത്തി പിന്നെയും വിശ്രമിക്കാനിരുന്നു. ഇതു കണ്ടപ്പോൾ കുട്ടിപ്പിശാചിനു പെരുത്തു സന്തോഷമായി. അവൻ വിചാരിച്ചു: "ഇവൻ വല്ലാതെ തളർന്നിരിക്കുന്നു. ഇനി ഇന്നു പണിയെടുക്കാൻ അവനെക്കൊണ്ട് ആവുകയില്ല. എങ്കിൽപ്പിന്നെ എനിക്കും അല്പം വിശ്രമം ആവാം." കുട്ടിപ്പിശാച് സന്തോഷത്തോടെ മരക്കൊമ്പിൽ നീണ്ടുനിവർന്നു കിടന്നു.

പക്ഷേ അല്പ സമയം കഴിഞ്ഞപ്പോൾ ഇവാൻ ചാടിയെഴുന്നേറ്റു. വീഴാതെ നിന്ന മരത്തിനു ശക്തമായ ഒരു തള്ളുകൊടുത്തു. മരം പെട്ടെന്നു മറിഞ്ഞു വീണു. കൂട്ടത്തിൽ അതിന്റെ കൊമ്പിൽ കിടന്നുറങ്ങിയ കുട്ടിപ്പിശാചും താഴെവീണു. ഇവാൻ ഇങ്ങനെയൊരു പണി പറ്റിക്കുമെന്ന് പിശാച് തീരെ വിചാരിച്ചിരുന്നില്ലല്ലോ.

ഇവാൻ മരക്കൊമ്പുകൾ ഒന്നൊന്നായി വെട്ടിനീക്കി ചെന്നപ്പോൾ മരത്തിനടിയിൽ അതാ കിടക്കുന്നു നമ്മുടെ കുട്ടിപ്പിശാച്. ചത്തിട്ടില്ല. ഇവാന് അത്ഭുതവും കോപവുമുണ്ടായി.

"വൃത്തികെട്ടവനേ, നീ പിന്നെയും വന്നോ?"

"അയ്യോ! ഞാൻ വേറൊരുത്തനാണേ" പിശാചു പറഞ്ഞു. "ഞാൻ അങ്ങയുടെ ജ്യേഷ്ഠൻ ടാറസിന്റെ അടുത്തായിരുന്നു."

"നീയാരായാലും വേണ്ടില്ല. ഇപ്പോൾത്തന്നെ നിന്റെ കഥകഴിക്കുന്നുണ്ട്." എന്നു പറഞ്ഞുകൊണ്ട് ഇവാൻ പിശാചിന്റെ നേരെ മഴുവോങ്ങി

അപ്പോൾ കുട്ടിപ്പിശാച് യാചനാ സ്വരത്തിൽ പറഞ്ഞു: "എന്നെ കൊല്ലരുതേ, അങ്ങയുടെ ഏതാഗ്രഹവും ഞാൻ സാധിച്ചുതരാം."

"നിനക്കെന്തൊക്കെ കഴിയും?" ഇവാൻ ചോദിച്ചു.

"അങ്ങേയ്ക്കാവശ്യമുള്ളത്ര പണം ഞാനുണ്ടാക്കിത്തരാം."

'എന്നാൽ അങ്ങനെയാവട്ടെ' എന്ന് ഇവാൻ പറഞ്ഞപ്പോൾ പണമുണ്ടാക്കുന്ന വിദ്യ ചെകുത്താൻ വിശദീകരിച്ചു.

"ഈ ഓക്കുമരത്തിന്റെ ഇലകൾ കയ്യിലെടുക്കുക" കുട്ടിപ്പിശാച് പറഞ്ഞു. "എന്നിട്ട് ആ ഇലകൾ കൂട്ടിത്തിരുമ്മുക. അപ്പോൾ സ്വർണ്ണനാണയങ്ങൾ നിലത്തുവീഴുന്നതു കാണാം."

പിശാചു പറഞ്ഞതു പ്രകാരം ഇവാൻ പ്രവർത്തിച്ചു. ഇവാന്റെ കാൽക്കൽ സ്വർണ്ണനാണയങ്ങൾ ഉതിർന്നു വീഴാൻ തുടങ്ങി. ഇവാൻ പറഞ്ഞു:

"ഗ്രാമത്തിലെ കുട്ടികളെ രസിപ്പിക്കാൻ പറ്റിയ ഒന്നാന്തരം വിദ്യ."

"എന്നാൽ പിന്നെ ഞാൻ പൊയ്ക്കോട്ടെ." പിശാച് ചോദിച്ചു.

"പൊയ്ക്കൊള്ളൂ; ദൈവം നിന്നെ അനുഗ്രഹിക്കട്ടെ." ഇവാൻ പറഞ്ഞു.

"ദൈവം" എന്ന ശബ്ദം കേട്ടതും പിശാച് ഭൂമിക്കടിയിൽ മറഞ്ഞു. മറഞ്ഞ സ്ഥലത്ത് ഒരു മാളം മാത്രം അവശേഷിച്ചു.

6. ഇവാന്റെ അത്ഭുതകൃത്യങ്ങൾ

വീടുപണി കഴിഞ്ഞതോടെ ഇവാന്റെ സഹോദരന്മാർ അങ്ങോട്ടു താമസം മാറ്റി. കൃഷിപ്പണിയൊക്കെ പൂർത്തിയായിക്കഴിഞ്ഞപ്പോൾ ഇവാൻ ഗംഭീരമായ ഒരു വിരുന്നു സൽക്കാരം സംഘടിപ്പിച്ചു. ആ പരിപാടിയിലേക്കു തന്റെ സഹോദരന്മാരെ ക്ഷണിച്ചു. എന്നാൽ ഗ്രാമീണ കർഷകർ പങ്കെടുക്കുന്ന ആ വിരുന്നിൽ സംബന്ധിക്കാൻ അവർ തയ്യാറായില്ല.

ഇവാൻ എല്ലാ ഗ്രാമീണരെയും വിരുന്നിനു ക്ഷണിച്ചു വരുത്തി. എല്ലാവരും ആഘോഷലഹരിയിലായപ്പോൾ അവിടത്തെ കൊച്ചു കുട്ടികളുടെ സംഘത്തെ വിളിച്ച് ഇവാൻ പറഞ്ഞു: "നിങ്ങൾ എന്നെപ്പറ്റി പാട്ടുകൾ പാടാമെങ്കിൽ പകരം നിങ്ങൾ ജീവിതത്തിൽ ഇന്നുവരെ കണ്ടിട്ടില്ലാത്ത അത്ഭുതങ്ങൾ കാട്ടിത്തരാം."

കൊച്ചുകുട്ടികൾ സന്തോഷത്തോടെ ഇവാനെ സ്തുതിക്കുന്ന ഗാനങ്ങൾ പാടി. പാട്ടു തീർന്നപ്പോൾ അവർ ഇവാൻ തങ്ങൾക്കു കാട്ടിത്തരാമെന്നു പറഞ്ഞ സംഗതികൾ കാണിക്കാൻ ആവശ്യപ്പെട്ടു.

“അത് ഉടൻ കാണിക്കാം.” എന്നു പറഞ്ഞ് ഇവാൻ ഒരു കാലിച്ചാക്കുമെടുത്തു കാട്ടിലേക്കു പോയി. “എന്തൊരു വിഡ്ഢിയാണയാൾ” എന്നു പറഞ്ഞു കുട്ടികൾ ചിരിച്ചു. വീണ്ടും കളികളിൽ മുഴുകിയ അവർ മറ്റെല്ലാം മറക്കുകയും ചെയ്തു.

അല്പസമയം കഴിഞ്ഞപ്പോൾ ഇവാൻ തിരിച്ചെത്തി. കൊണ്ടുപോയ ചാക്കു നിറയെ എന്തോ ഉണ്ടായിരുന്നു.

''ഞാനിതു നിങ്ങൾക്കു പങ്കിട്ടു തരട്ടെ.'' ഇവാൻ ചോദിച്ചു.

“ശരി, പങ്കിടാം.” അവർ ഒറ്റ സ്വരത്തിൽ പറഞ്ഞു.

ഇവാൻ ചാക്കു തുറന്നു അതിൽ നിന്ന് ഒരു പിടി സ്വർണ്ണനാണയങ്ങൾ വാരിയെടുത്ത് അവർക്കിടയിലേക്കു വിതറി. അതു പെറുക്കിയെടുക്കാൻ കുട്ടികൾ തമ്മിൽ മത്സരമായി. ഈ സമയത്ത് ഗ്രാമത്തിലെ തലമുതിർന്നവരും അവിടെയെത്തി. സ്വർണ്ണനാണയങ്ങൾ പെറുക്കിയെടുക്കുന്നതിനായി അവരും ചേർന്നു. ഉന്തും തള്ളുമായി. തിക്കിലും തിരക്കിലും പെട്ട ഒരു വൃദ്ധ ചവിട്ടുകൊണ്ട് ചാകാറായി.

ഏതാനും സ്വർണ്ണനാണയങ്ങൾക്കായി ആളുകൾ വഴക്കിടുന്നതു കണ്ടു ഇവാന് ചിരിവന്നു.

“വിഡ്ഢികളേ” അയാൾ പറഞ്ഞു: “നിങ്ങളെന്തിനാണ് ഈ വല്ല്യമ്മയെ ചവിട്ടി കൊല്ലാറാക്കിയത്? ഇത്ര ആക്രാന്തം പാടില്ല. എന്റെ കൈവശം ഇഷ്ടംപോലെ സ്വർണ്ണമുണ്ട്. ഞാനതെല്ലാം നിങ്ങൾക്കു തരാം.” ഇവാൻ നാണയങ്ങൾ വാരിയെറിഞ്ഞുകൊണ്ടിരുന്നു. ആളുകൾ അയാൾക്കു ചുറ്റും കൂടി. ചാക്കിലുള്ളതു തീരുംവരെ ഇവാൻ നാണയങ്ങൾ വാരി വിതറി. കൂടുതൽ സ്വർണ്ണത്തിനായി അവർ അലമുറയിട്ടു. അപ്പോൾ ഇവാൻ പറഞ്ഞു: “സ്വർണ്ണമെല്ലാം കഴിഞ്ഞു. ഇനി വേറൊരിക്കൽ നിങ്ങൾക്കു കൂടുതൽ തരാം. ഇപ്പോൾ നമുക്കു പാട്ടും നൃത്തവും വീണ്ടും തുടങ്ങാം.”

കുട്ടികൾ പാടാൻ തുടങ്ങി. ഇവാൻ പറഞ്ഞു: “നിങ്ങളുടെ പാട്ടു നന്നായില്ല.”

''എങ്കിൽ നന്നായി പാടുന്നതെങ്ങനെയെന്നു

ഞങ്ങൾക്കു കാണിച്ചു തരൂ." കുട്ടികൾ പറഞ്ഞു.

"നിങ്ങളെക്കാൾ നന്നായി പാടുന്ന ആളുകളെ ഞാൻ നിങ്ങൾക്കു കാട്ടിത്തരാം." ഇതു പറഞ്ഞിട്ട് ഇവാൻ നേരേ ധാന്യപ്പുരയിലേക്കു ചെന്നു. ഒരു പിടി വൈക്കോൽ വാരിയെടുത്തു കുട്ടിപ്പിശാചു പറഞ്ഞതുപോലെ മന്ത്രം ചൊല്ലി. വൈക്കോലെല്ലാം പട്ടാളക്കാരായി മാറി. തെരുവിലൂടെ അവർ മാർച്ചു ചെയ്തു. ഇവാൻ അവരോടു പാടാനും നൃത്തം ചെയ്യാനും ആജ്ഞാപിച്ചു.

ഇവാൻ ഈ പട്ടാളക്കാരെ എവിടുന്നു വരുത്തി എന്നറിയാതെ ആളുകൾ അമ്പരന്നു.

പട്ടാളക്കാർ കുറെ നേരം പാടുകയും നൃത്തം ചെയ്യുകയും ചെയ്തു. ജനങ്ങൾ ആനന്ദസമുദ്രത്തിൽ ആറാടി. ഇവാൻ നിർത്താൻ പറഞ്ഞപ്പോൾ പട്ടാളക്കാർ പാട്ടും നൃത്തവും നിർത്തി. പട്ടാളക്കാരോടു ധാന്യപ്പുരയിലേക്കു പോകാൻ ഇവാൻ ആജ്ഞാപിച്ചു. അത്ഭുതപരതന്ത്രരായ ഗ്രാമീണരോടു 'ആരും തന്റെ പിന്നാലെ വരരുത്' എന്നു പറഞ്ഞിട്ട് ഇവാനും ധാന്യപ്പുരയിലേക്കു പോയി. അവിടെ വച്ച് അയാൾ പട്ടാളക്കാരെ വീണ്ടും വയ്ക്കോൽ ആക്കി മാറ്റി. എന്നിട്ട് അന്നത്തെ ആഘോഷത്തിന്റെ ക്ഷീണം ഉറങ്ങിത്തീർക്കാൻ തന്റെ വീട്ടിലേക്കു പോയി.

7. രണ്ടു രാജാക്കന്മാർ

ഇവാൻ പ്രവർത്തിച്ച അത്ഭുതകൃത്യങ്ങളായിരുന്നു പിറ്റേന്നു ഗ്രാമത്തിലെ മുഖ്യ ചർച്ചാവിഷയം. ഈ വാർത്തകൾ കേട്ട ഇവാന്റെ സഹോദരൻ സൈമൺ സംഗതികൾ നേരിട്ടറിയാൻ ഇവാനെ തേടിയെത്തി.

"നിനക്കെവിടുന്നു കിട്ടി ആ പട്ടാളക്കാരെ; എങ്ങോട്ടാണവരെ കൊണ്ടുപോയത്?" സൈമണ് അറിയേണ്ടത് അതായിരുന്നു.

"അറിഞ്ഞിട്ടിപ്പോൾ എന്താണു കാര്യം" ഇവാൻ ചോദിച്ചു.

"ഹതു കൊള്ളാം! പട്ടാളക്കാരുണ്ടെങ്കിൽ നമ്മൾ ആഗ്രഹിക്കുന്നതെന്തും സാധിക്കാം. മുഴുവൻ രാജ്യങ്ങളും കീഴടക്കാം."- സൈമൺ പറഞ്ഞു.

ഇതു കേട്ട് ഇവാൻ വിസ്മയിച്ചു. "എങ്കിൽ പിന്നെ ഇക്കാര്യം നേരത്തെ എന്നോടു പറഞ്ഞുകൂടായിരുന്നോ. എത്ര പട്ടാളക്കാരെ വേണമെങ്കിലും ഞാനുണ്ടാക്കിത്തരാമല്ലോ."

ഇവാൻ സഹോദരനെ ധാന്യപ്പുരയിലേക്കു കൂട്ടിക്കൊണ്ടുപോയി. അയാൾ പറഞ്ഞു: “ഞാൻ സൃഷ്ടിക്കുന്ന പട്ടാളക്കാരെ ഉടനെ ഇവിടെനിന്ന് എവിടെയെങ്കിലും കൊണ്ടുപൊയ്ക്കൊള്ളണം. എന്താണെന്നു വച്ചാൽ അവർക്കെല്ലാം ഭക്ഷണം കൊടുക്കേണ്ടിവരും. ഈ ഗ്രാമത്തിലുള്ള ധാന്യമെല്ലാമെടുത്താലും അവർക്ക് ഒരു ദിവസത്തേക്കു തികയില്ല.”

ഇവാൻ പറഞ്ഞതുപോലെ ചെയ്തുകൊള്ളാമെന്നു സൈമൺ വാക്കു കൊടുത്തു. വൈക്കോലെടുത്തു മന്ത്രം ചൊല്ലി ഇവാൻ പട്ടാളക്കാരെ സൃഷ്ടിച്ചു തുടങ്ങി. ഒരു കെട്ട് വൈക്കോൽ കൊണ്ട് പട്ടാളക്കാരുടെ ഒരു വലിയ വ്യൂഹം തന്നെ ഉണ്ടാക്കി. ചുറ്റുപാടുമുള്ള വയലിൽ പട്ടാളക്കാർ നിറഞ്ഞതു കാരണം പൂഴിയിട്ടാൽ താഴുകയില്ല എന്ന നിലയായി.

ഇവാൻ സൈമണോടു ചോദിച്ചു: “നിങ്ങൾക്ക് ആവശ്യമുള്ളത്ര ആയില്ലേ?”

ആഹ്ലാദപരവശനായ സൈമൺ പറഞ്ഞു: “മതി മതി ധാരാളം മതി.”

“നിങ്ങൾക്കു തൃപ്തിയായല്ലോ, സന്തോഷം” ഇവാൻ പറഞ്ഞു: “കൂടുതൽ പേരെ വേണമെന്നുണ്ടെങ്കിൽ ഇനിയുമുണ്ടാക്കാം. എന്റെ പക്കൽ ഇഷ്ടംപോലെ വൈക്കോലുണ്ട്.”

സൈമൺ തന്റെ പട്ടാളക്കാരെ വിവിധ ബറ്റാലിയനുകളും റജിമെന്റുകളുമായി തിരിച്ചു. അവരെ മാർച്ചു ചെയ്യിച്ച് യുദ്ധം ചെയ്യാനും രാജ്യങ്ങൾ കീഴടക്കാനും കൊണ്ടുപോയി.

സൈമണും പട്ടാളക്കാരും ഗ്രാമാതിർത്തി വിട്ടയുടൻ

രണ്ടാമത്തെ സഹോദരൻ ടാറസ് ഇവാനെ കാണാനെത്തി. ഇവാന്റെ തലേ ദിവസത്തെ അദ്ഭുതപ്രകടനങ്ങളെപ്പറ്റി അയാളും കേട്ടിരിക്കുന്നു. ഇവാന്റെ അത്ഭുത ശക്തിയുടെ രഹസ്യം മനസ്സിലാക്കാൻ വന്നിരിക്കയൊണയാൾ. അയാൾ പറഞ്ഞു: "നിനക്കീ സ്വർണ്ണമെല്ലാം എവിടെനിന്നു കിട്ടി യെന്ന് എന്നോടു പറയൂ. ഇഷ്ടംപോലെ പണം എന്റെ പക്കലുണ്ടെങ്കിൽ ലോകത്തിലെ സകല സമ്പത്തും സ്വന്ത മാക്കാൻ എനിക്കു കഴിയും."

ഇതു കേട്ട ഇവാൻ അത്യധികം വിസ്മയിച്ചു.

"എന്നോടിക്കാര്യം നേരത്തേ പറയാതിരുന്നതെന്ത്? നിങ്ങൾക്കാവശ്യമുള്ളത്ര പണം ഞാനുണ്ടാക്കിത്തരുമായി രുന്നല്ലോ."

ടാറസിനു സന്തോഷമായി. അയാൾ പറഞ്ഞു: "നീയെ നിക്കു മൂന്നു ഭാരം സ്വർണ്ണമുണ്ടാക്കിത്തരിക."

"ശരി" ഇവാൻ പറഞ്ഞു. "നമുക്കു കാട്ടിലേക്കു പോകാം. കുതിരകളെയും കൊണ്ടുപോകാം. അത്രയും സ്വർണ്ണം നമുക്കു തനിയെ എടുത്തു കൊണ്ടുവരുവാനാ വില്ല."

ആ സഹോദരന്മാർ വനത്തിലേക്കു പോയി. ഇവാൻ ഓക്കുമരത്തിന്റെ ഇലകൾ ശേഖരിച്ചു കൈകളിലിട്ടു തിരുമ്മി. പൊടിഞ്ഞു താഴെ വീഴുന്ന ഇലകൾ ഉടൻ സ്വർണ്ണമായി മാറിക്കൊണ്ടിരുന്നു.

ഇപ്രകാരം വലിയൊരു കൂമ്പാരം സ്വർണ്ണമുണ്ടാക്കി ക്കഴിഞ്ഞപ്പോൾ വേണ്ടത്ര ആയോ എന്ന് ഇവാൻ ടാറസി നോടു ചോദിച്ചു. "തത്കാലം ഇതു മതി; ഇവാനേ നിന്നോ ടെനിക്കു നന്ദിയുണ്ട്."

ഇവാൻ പറഞ്ഞു: "ഇനിയും വേണമെങ്കിൽ എന്നോടു

പറഞ്ഞാൽ മതി. കാട്ടിൽ വേണ്ടത്ര ഇലകളുണ്ടല്ലോ.”

ടാറസ് സ്വർണ്ണം വണ്ടികളിൽ നിറച്ചു വ്യാപാരം തുടങ്ങാനായി പട്ടണത്തിലേക്കു പോയി. അങ്ങനെ രണ്ടു സഹോദരന്മാരും അവരുടെ ഇഷ്ടത്തിനു പോയി; സൈമൺ യുദ്ധം ചെയ്യാനും ടാറസ് കച്ചവടത്തിനും.

സൈമണിന്റെ പട്ടാളക്കാർ ഒരു രാജ്യം കീഴടക്കി. സൈമൺ അവിടത്തെ രാജാവായി. ടാറസ് വ്യാപരത്തിലൂടെ വളരെയധികം ധനം സമ്പാദിച്ചു.

ആ സഹോദരന്മാർ കുറച്ചു കാലം കഴിഞ്ഞു പരസ്പരം കണ്ടുമുട്ടാനിടയായി. തങ്ങളുടെ നേട്ടങ്ങളെപ്പറ്റി ഇരുവരും സംസാരിച്ചു. പക്ഷേ ഇരുവരും സംതൃപ്തരായിരുന്നില്ല.

സൈമൺ പറഞ്ഞു: “ഞാനൊരു രാജ്യം കീഴടക്കുകയും സന്തോഷമായി ജീവിക്കുകയും ചെയ്യുന്നു എന്നുള്ളതു നേരാണ്. പക്ഷേ എന്റെ പട്ടാളക്കാർക്കുള്ള ഭക്ഷണത്തിനു പണം തികയുന്നില്ല.” ടാറസിനുമുണ്ടായിരുന്നു പരാതി. അയാൾക്ക് അളവറ്റ സ്വത്തുണ്ട്. പക്ഷേ, അതിന്റെ സുരക്ഷ ഉറപ്പാക്കാൻ പറ്റുന്നില്ല.

“നമുക്ക് ഇവാന്റെയടുത്തേക്കു പോകാം.” സൈമൺ പറഞ്ഞു. “ഞാൻ കുറച്ചു പട്ടാളക്കാരെ കൂടി ആവശ്യപ്പെടും. അവരെ നിനക്കു വിട്ടുതരാം. നീ കുറെ സ്വർണ്ണം കൂടി ആവശ്യപ്പെടണം. അതെനിക്കു തന്നാൽ അതുകൊണ്ട് എന്റെ പട്ടാളക്കാർക്ക് ഭക്ഷണം വാങ്ങാം.”

അങ്ങനെ വീണ്ടും അവർ ഇവാനെ സമീപിച്ചു. സൈമൺ പറഞ്ഞു: “എനിക്കാവശ്യമുള്ളത്ര പട്ടാളക്കാരില്ല. കുറഞ്ഞതു രണ്ടു ഡിവിഷൻ പട്ടാളക്കാരെ കൂടിയെങ്കിലും കിട്ടണം.” ഇവാൻ നിഷേധാർത്ഥത്തിൽ തലയാട്ടി.

"വെറുതെ ഞാൻ പട്ടാളക്കാരെ ഉണ്ടാക്കിത്തരില്ല. എനിക്കു പ്രതിഫലം കിട്ടണം."

"പക്ഷേ, ഇനിയും വേണമെങ്കിൽ പട്ടാളക്കാരെ ഉണ്ടാക്കിത്തരാമെന്നു നീ വാക്കു പറഞ്ഞിരുന്നതല്ലേ?"സൈമൺ ചോദിച്ചു.

"അതു ശരിതന്നെ." ഇവാൻ പറഞ്ഞു. "പക്ഷേ, അതു കഴിഞ്ഞു ഞാൻ മനസ്സു മാറ്റി."

"എടാ വിഡ്ഢീ നീ പറഞ്ഞ വാക്കു പാലിക്കാത്തതെന്ത്?"

"നിങ്ങളുടെ പട്ടാളക്കാർ മനുഷ്യരെ കൊല്ലുന്നു; അതു തന്നെ കാരണം. അത്തരം ക്രൂരതകൾ കാട്ടാൻ ഇനി ഞാൻ പട്ടാളക്കാരെ ഉണ്ടാക്കില്ല." തന്റെ നിലപാടിൽ ഇവാൻ ഉറച്ചുനിന്നു.

ടാറസ് ഇവാനെ സമീപിച്ചു. തനിക്കു കുറെ പണം കൂടി വേണമെന്നു പറഞ്ഞു. സൈമണിന്റെ കാര്യത്തിൽ ചെയ്തതുപോലെ തന്നെ 'ഇല്ല' എന്ന അർത്ഥത്തിൽ തല കുലുക്കിക്കൊണ്ട് ഇവാൻ പറഞ്ഞു: "തക്ക പ്രതിഫലം കിട്ടാതെ ഞാനിനി പണമുണ്ടാക്കില്ല. കൂലിയില്ലാതെ ഞാൻ ജോലി ചെയ്യില്ല."

ടാറസ് ഇവാന്റെ വാഗ്ദാനം ഓർമ്മപ്പെടുത്തി.

"വാക്കു തന്നു എന്നുള്ളതു ശരിയാണ്." ഇവാൻ പറഞ്ഞു. "പക്ഷേ, നിങ്ങളുടെ ആഗ്രഹംപോലെ പ്രവർത്തിക്കാൻ എനിക്കിപ്പോൾ സൗകര്യമില്ല."

"എന്താണെടാ വിഡ്ഢീ നീ വാക്കു തന്നിട്ടിപ്പോൾ പിൻമാറുന്നത്? ടാറസ് ചോദിച്ചു.

"മിഷേലിന് അവളുടെ പശു നഷ്ടമാകാൻ കാരണം

ഡോ. കെ. വി. തോമസ്

നിങ്ങളുടെ പണമാണ്. അതു തന്നെ കാരണം?" ഇവാൻ പറഞ്ഞു.

"അതെങ്ങനെ?" ടാറസ് ചോദിച്ചു.

"സംഭവിച്ചതിതാണ്." ഇവാൻ പറഞ്ഞു "മിഷേലിനു ധാരാളം പാൽ തരുന്ന ഒരു പശു ഉണ്ടായിരുന്നു. അതുകൊണ്ട് അവളുടെ കുട്ടികൾക്കു ഇഷ്ടംപോലെ പാൽ കുടിക്കാൻ കിട്ടിയിരുന്നു. കുറച്ചു നാൾ മുമ്പ് അവളുടെ മക്കളിലൊരുത്തൻ എന്റെ വീട്ടിൽ വന്നു പാൽ ചോദിച്ചു. "നിങ്ങളുടെ പശു എവിടെ?" എന്നു ഞാൻ ചോദിച്ചു. ടാറസിന്റെ ഒരു സേവകൻ മൂന്നു സ്വർണ്ണനാണയം കൊടുത്ത് ആ പശുവിനെ വാങ്ങിക്കൊണ്ടുപോയി എന്ന് ആ കുട്ടി പറഞ്ഞു. അതുകൊണ്ട് അവർക്കിപ്പോൾ കുടിക്കാൻ പാലില്ല. ഞാനാ സ്വർണ്ണം നിങ്ങൾക്കു തന്നത് നിങ്ങളുടെ സന്തോഷത്തിനാണ്. നിങ്ങളതു മറ്റുള്ളവരെ ഉപദ്രവിക്കാൻ ഉപയോഗിച്ചു. അതുകൊണ്ടു ഞാനിനി സ്വർണ്ണമുണ്ടാക്കിത്തരില്ല."

ഇവാന്റെ നിലപാടറിഞ്ഞപ്പോൾ മൂത്ത സഹോദരന്മാർ ഇരുവരും ചേർന്ന് ഇനിയെന്തു വേണമെന്ന ആലോചനയായി.

സൈമൺ പറഞ്ഞു: " നമുക്കൊരു ധാരണയിലെത്താം. ഞാൻ എന്റെ രാജ്യത്തിന്റെയും പട്ടാളത്തിന്റേയും പകുതി നിനക്കു തരാം. അതുകൊണ്ടു നിനക്കു നിന്റെ സമ്പത്തു സംരക്ഷിക്കാമല്ലോ. എന്റെ പട്ടാളക്കാർക്ക് ഭക്ഷണം നൽകാനുള്ള പണം നീയെനിക്കു നൽകുക.

ടാറസ് ഇതു സമ്മതിച്ചു. അങ്ങനെ രണ്ടു സഹോദരന്മാരും രാജാക്കന്മാരായി. രണ്ടുപേർക്കും സന്തോഷവുമായി.

8. ഇവാൻ രാജാവാകുന്നു

ഇവാൻ തന്റെ അച്ഛനമ്മമാരേയും സഹോദരിയേയും സംരക്ഷിച്ചുകൊണ്ടു തന്റെ കൃഷിയിടത്തിൽ കഴിഞ്ഞു. അയാൾക്ക് ഒരു വളർത്തുനായ ഉണ്ടായിരുന്നു. അവരുടെ കൃഷിയിടത്തിൽത്തന്നെ ജനിച്ചു വളർന്നതായിരുന്നു ആ

നായ. അതിനിപ്പോൾ വയസ്സായി. അവശതയായി. അതു ചാകാൻ പോകുകയാണെന്ന് ഇവാനു തോന്നി. അടുക്കളയിൽ നിന്നും അല്പം റൊട്ടിയെടുത്തു തന്റെ തൊപ്പിക്കുള്ളിൽ വച്ചുകൊണ്ട് ഇവാൻ നായ കിടക്കുന്നിടത്തേക്കു ചെന്നു. തൊപ്പിയിൽ നിന്നും റൊട്ടിയെടുത്ത് നായയ്ക്ക് ഇട്ടുകൊടുത്തു. ആദ്യത്തെ കുട്ടിപ്പിശാച് നൽകിയ ഔഷധശക്തിയുള്ള വേരുകൾ സൂക്ഷിച്ചിരുന്നത് ആ തൊപ്പിക്കുള്ളിലായിരുന്നല്ലോ. ഇവാൻ റൊട്ടി എടുത്ത കൂട്ടത്തിൽ ഒരു വേരും അക്കൂട്ടത്തിൽ പെട്ടു. നായ റൊട്ടി വിഴുങ്ങി. പെട്ടെന്ന് അതിന്റെ അസുഖവും അവശതയുമെല്ലാം മാറി ഉത്സാഹത്തോടെ ചാടിയെണീറ്റു നന്ദിസൂചകമായി വാലാട്ടി നിന്നു. ഇവാന്റെ അച്ഛനുമമ്മയും നായ അത്ഭുതകരമായി സുഖം പ്രാപിച്ചതിന്റെ കാരണം തിരക്കി. ഇവാൻ പറഞ്ഞു: "ഏതു രോഗവും സുഖപ്പെടുത്താൻ പറ്റിയ ചില വേരുകൾ എന്റെ പക്കലുണ്ട്. നായ അതിലൊരെണ്ണം വിഴുങ്ങി."

ഏതാണ്ടിതേ കാലത്ത് ചക്രവർത്തിയുടെ മകൾ അസുഖബാധിതയായി. കൊട്ടാരത്തിലെ വിദഗ്ദ്ധ വൈദ്യന്മാർക്കൊന്നും അവളുടെ അസുഖം ഭേദമാക്കാൻ കഴിഞ്ഞില്ല. മകളുടെ രോഗം ഭേദമാക്കുന്ന ആൾക്കു കനത്ത ഒരു തുക സമ്മാനം നൽകുന്നതാണെന്നു ചക്രവർത്തി പ്രഖ്യാപിച്ചു. ആ വ്യക്തി അവിവാഹിതനാണെങ്കിൽ മകളെ അയാൾക്കു വിവാഹം കഴിച്ചു കൊടുക്കുന്നതാണെന്നും അദ്ദേഹം വാഗ്ദാനം ചെയ്തു.

ഇതു സംബന്ധിച്ച വിളംബരം ഇവാന്റെ ഗ്രാമത്തിലും പരസ്യപ്പെടുത്തി.

ഇവാന്റെ അച്ഛനുമമ്മയും അവനെ വിളിച്ച് ഇപ്രകാരം പറഞ്ഞു: "നിന്റെ കൈവശം അത്ഭുതസിദ്ധിയുള്ള ആ

വേരുകൾ ഇനിയുമുണ്ടെങ്കിൽ കൊട്ടാരത്തിൽ ചെന്നു ചക്രവർത്തിയുടെ മകളെ സുഖപ്പെടുത്തുക. ഇത്തരമൊരു നല്ല കാര്യം ചെയ്താൽ നിനക്കു കൂടുതൽ സന്തോഷം ലഭിക്കും; തീർച്ചയായും ഇനിയുള്ള കാലം മുഴുവൻ നീ സന്തോഷവാനായിരിക്കും.''

"അങ്ങനെ ചെയ്യാം.'' എന്നു പറഞ്ഞ് ഇവാൻ പെട്ടെന്ന് യാത്രയ്ക്കുള്ള ഒരുക്കങ്ങൾ ചെയ്തു. യാത്ര പുറപ്പെട്ടു പടി

പ്പുരയിലെത്തിയപ്പോൾ വളരെ ദരിദ്രയായ ഒരു സ്ത്രീ വഴിയിൽ നിൽക്കുന്നതു കണ്ടു. അവരുടെ ഒരു കയ്യ് ഒടിഞ്ഞിരുന്നു. അവർ അവനോടപേക്ഷിച്ചു:

"നിങ്ങൾക്കെന്നെ സുഖപ്പെടുത്താൻ കഴിയുമെന്ന് പലരും പറഞ്ഞു. ഒരു ജോലിയും ചെയ്യാൻ നിവൃത്തിയില്ലാതായ എന്നോടു നിങ്ങൾ കരുണ കാണിക്കില്ലേ?"

ഇവാൻ പറഞ്ഞു: "ശരി, നിങ്ങളെ സുഖപ്പെടുത്താൻ പറ്റുമോ എന്നു ഞാനൊന്നു ശ്രമിച്ചു നോക്കട്ടെ."

അയാൾ തന്റെ തൊപ്പിയിൽ നിന്ന് വേരെടുത്ത് കൊടുത്തിട്ട് ആ സ്ത്രീയോട് വിഴുങ്ങാൻ പറഞ്ഞു.

ഇവാൻ പറഞ്ഞതുപോലെ ആ സ്ത്രീ ചെയ്തു. അവരുടെ തകർന്ന കൈ ശരിപ്പെട്ടു. അവർ അത്യന്തം സന്തോഷത്തോടെ മടങ്ങിപ്പോയി.

ഇവാനെ യാത്രയാക്കാൻ അച്ഛനുമമ്മയും പടിപ്പുരയിലേക്കു ചെന്നു. അപ്പോൾ താനിപ്പോഴൊരു പാവപ്പെട്ട സ്ത്രീയെ സുഖപ്പെടുത്തിയ കാര്യം ഇവാൻ പറഞ്ഞു. അവന്റെ കൈവശമുണ്ടായിരുന്ന അവസാനത്തെ വേരാണ് ആ സ്ത്രീക്കു നൽകിയത് എന്നു കേട്ടപ്പോൾ അവർ നിരാശരായി. ചക്രവർത്തിയുടെ മകളെ ഇനി എങ്ങനെ ചികിത്സിക്കും? അവർ ഇവാനെ ഒരുപാടു ശകാരിച്ചു. "നിനക്ക് ഒരു ഭിക്ഷക്കാരിയോട് വലിയ കരുണയാണ്. ചക്രവർത്തിയുടെ മകളുടെ കാര്യം നീ ചിന്തിച്ചില്ല."

"ചക്രവർത്തിയുടെ മകളോടും എനിക്കു കരുണയുണ്ട്" ഇവാൻ പറഞ്ഞു. ഉടൻ തന്നെ കുതിരയെ വണ്ടിയിൽ പൂട്ടി ഇവാൻ യാത്രയ്ക്കൊരുങ്ങി. "നീയെവിടെ പോകുന്നു; ചക്രവർത്തിയുടെ മകളെ ചികിത്സിക്കാൻ കയ്യിൽ മരുന്നൊന്നുമില്ലാതെ എന്തിനു പോകണം?"

"നോക്കാം", എന്നു പറഞ്ഞിട്ട് ഇവാൻ വണ്ടിയോടിച്ചു പോയി.

ഇവാൻ കൊട്ടാരത്തിലെത്തി. ചക്രവർത്തിയുടെ പുത്രി കിടന്ന മുറിയിലേക്കു കാലെടുത്തു വച്ചതും അവളുടെ അസുഖം ഭേദമായി. വാർത്ത കേട്ടു ചക്രവർത്തിക്കുണ്ടായ ആഹ്ലാദം ഇത്രയെന്നു പറഞ്ഞറിയിക്കാൻ വയ്യ. ഇവാനെ ഉടൻ തന്റെ മുൻപിൽ ഹാജരാക്കാൻ അദ്ദേഹം കല്പിച്ചു. അവനെ അദ്ദേഹം രാജകീയ വസ്ത്രങ്ങൾ ധരിപ്പിച്ചു. മകളുടെ ഭർത്താവ് എന്ന നിലയിലാണ് അദ്ദേഹം ഇവാനെ പരിഗണിച്ചത്. താമസിയാതെ പുത്രിയെ അദ്ദേഹം ഇവാനു വിവാഹം കഴിച്ചു കൊടുത്തു. അധികം നാൾ കഴിയുന്നതിനു മുമ്പുതന്നെ ചക്രവർത്തി മരിച്ചു. ഇവാൻ ഭരണാധിപത്യം ഏറ്റെടുത്തു. അങ്ങനെ ആ മൂന്നു സഹോദരന്മാരും മൂന്നു വ്യത്യസ്ത രാജ്യങ്ങളിലെ ഭരണാധികാരികളായി.

9. വിഡ്ഢികളുടെ രാജാവ്

മൂന്നു സഹോദരന്മാരും തങ്ങളുടെ രാജ്യങ്ങൾ ഭരിച്ചു. മൂത്ത സഹോദരൻ തന്റെ വൈക്കോൽ പട്ടാളക്കാരെ ഉപയോഗിച്ച് ശരിക്കുള്ള കുറെ പട്ടാളക്കാരെ പിടികൂടി. എല്ലാവർക്കും ഒരുപോലെ പരിശീലനം കൊടുത്തു. അയാളെ എല്ലാവരും ഭയപ്പെട്ടു.

വ്യാപാരിയായ രണ്ടാമത്തെ സഹോദരൻ തന്റെ സ്വത്ത് കരുതലോടെ ഉപയോഗിച്ചു. കൂടുതൽ ധനം സമ്പാദിച്ചു. നന്നായി ജീവിക്കുകയും ചെയ്തു. വലിയ ഇരുമ്പു പെട്ടികളിൽ അയാൾ പണം ശേഖരിച്ചു വച്ചു. എന്തുചെയ്യണമെന്നറിയാത്ത വിധം വേണ്ടതിലധികം പണം ഉണ്ടായിട്ടും അയാൾ തന്റെ പ്രജകളിൽ നിന്നും നികുതി പിരിച്ചുകൊണ്ടിരുന്നു. ടാറസ് ചുമത്തിയ നികുതി കൊടുത്തു തീർക്കാൻ ജനങ്ങൾക്കു കഠിനമായി അധ്വാനിക്കേണ്ടി വന്നു. അവരുടെ ജീവിതം ദുരിതപൂർണ്ണമായിരുന്നു.

ഇവാനാകട്ടെ തന്റെ സഹോദരന്മാർ ചെയ്യുന്നതു മാതിരി അധികാരത്തിലോ പണത്തിലോ അമിതമായി

ആഹ്ലാദിച്ചില്ല. ചക്രവർത്തിയായിരുന്ന തന്റെ ഭാര്യാപിതാവിന്റെ ശവസംസ്ക്കാരം കഴിഞ്ഞയുടൻ ഇവാൻ തന്റെ രാജകീയ വസ്ത്രങ്ങൾ ഉപേക്ഷിച്ചു. തന്റെ ഭാര്യയോടും അപ്രകാരം ചെയ്യാൻ ആവശ്യപ്പെട്ടു. സ്ഥാനചിഹ്നങ്ങളെല്ലാം ഉപേക്ഷിച്ച ഇവാൻ തന്റെ കർഷകവേഷം ധരിച്ചു പഴയതുപോലെ പണിയെടുക്കാൻ തുടങ്ങി.

"എനിക്കു വല്ലാത്ത ഏകാകിത തോന്നുന്നു." ഇവാൻ പറഞ്ഞു.

"എന്റെ ശരീരം വല്ലാതെ തടിക്കാൻ തുടങ്ങി. വിശപ്പില്ല; ഒട്ടും ഉറക്കവും കിട്ടുന്നില്ല."

ഇവാൻ സ്വന്തം അച്ഛനമ്മമാരെയും മൂകയും ബധിരയുമായ സഹോദരി മാർത്തയെയും കൊട്ടാരത്തിലേക്കു വരുത്തി. അവരും ഇവാനൊപ്പം ജോലിചെയ്തു.

ഇവാൻ ഒരു വിഡ്ഢിയാണെന്ന് ആളുകൾ താമസിയാതെ മനസ്സിലാക്കി. അയാളുടെ ഭാര്യ ഒരിയ്ക്കൽ അയാളോടു പറഞ്ഞു: "ഇവാൻ, താങ്കൾ ഒരു വിഡ്ഢിയാണെന്നാണ് ആളുകൾ പറയുന്നത്."

"അവർ വേണമെങ്കിൽ അങ്ങനെ കരുതിക്കോട്ടെ." ഇവാൻ പറഞ്ഞു.

ഇവാന്റെ മറുപടിയെപ്പറ്റി ഭാര്യ കുറെ സമയം ചിന്തിച്ചു. ഇവാൻ വിഡ്ഢിയാണെങ്കിൽ താനും ഒരു വിഡ്ഢിതന്നെ എന്ന നിഗമനത്തിൽ അവൾ എത്തിച്ചേർന്നു. ഭർത്താവിന്റെ ഹിതത്തിനെതിരായി പ്രവർത്തിക്കുന്നത് ശരിയല്ല എന്നവൾ തീരുമാനിച്ചു. 'സൂചിപോകുന്ന വഴിതന്നെ നൂലും പോകുന്നു' എന്ന പഴഞ്ചൊല്ല് അവൾ ഓർത്തു. അവളും തന്റെ വർണ്ണപ്പകിട്ടുള്ള രാജകീയ വസ്ത്രങ്ങൾ ഉപേക്ഷിച്ചു. അവയെല്ലാം ഒരു പെട്ടിയിൽ വെച്ചടച്ചു. വിലകുറഞ്ഞ

വസ്ത്രങ്ങൾ ധരിച്ച് ഇവാന്റെ സഹോദരി മാർത്തയോടൊപ്പം ഓരോരോ ജോലികളിൽ സഹകരിച്ചു. പെട്ടെന്നു തന്നെ അവൾ പണികളെല്ലാം വശമാക്കി. അത് ഇവാനു വളരെയധികം സഹായകരമായിത്തീർന്നു.

ഇവാൻ ഒരു വിഡ്ഢിയാണെന്നു മനസ്സിലാക്കിയ ബുദ്ധിജീവികൾ രാജ്യം വിട്ടു പോയി. വിഡ്ഢികൾ മാത്രം അവിടെ ശേഷിച്ചു. അവരുടെ പക്കൽ പണം എന്നൊന്ന് ഉണ്ടായിരുന്നില്ല. അധ്വാനിച്ചുണ്ടാക്കിയ ഉത്പന്നങ്ങളായിരുന്നു അവരുടെ ധനം. പക്ഷേ, അവർ സമാധാനപൂർവ്വം സഹകരിച്ചു ജീവിച്ചു. പരസ്പരം സഹായിച്ചു. ആവശ്യക്കാരെയെല്ലാം സഹായിക്കാൻ വേണ്ടത്ര അവർക്കുണ്ടായിരുന്നു.

10. വലിയ പിശാച്

കുട്ടിപ്പിശാചുക്കൾ സദ് വാർത്തയും കൊണ്ടു വരുന്നത് കാത്തിരുന്ന വലിയ പിശാചിനു നന്നേ മുഷിഞ്ഞു. ഇവാന്റെയും സഹോദരന്മാരുടെയും തകർച്ചയായിരുന്നു വളരെ നാളുകളായി അയാൾ കേൾക്കാൻ കൊതിച്ചിരുന്ന വാർത്ത. ഒരു വിവരവും കിട്ടാതായപ്പോൾ താൻ പറഞ്ഞുവിട്ട ആ മൂന്നു കിങ്കരന്മാരെ അന്വേഷിച്ച് വലിയ പിശാച് പുറപ്പെട്ടു. ഇവാന്റെ കൃഷിയിടത്തിലും പരിസരപ്രദേശത്തുമെല്ലാം വളരെ വിശദമായ പരിശോധന തന്നെ അയാൾ നടത്തി. ഭൂമിയിലുണ്ടായ മൂന്നു മാളങ്ങൾ അയാളുടെ ശ്രദ്ധയിൽപ്പെട്ടു. താൻ പറഞ്ഞുവിട്ട കുട്ടിപ്പിശാചുക്കൾ തങ്ങളുടെ ജോലിയിൽ പരാജയപ്പെട്ടെന്ന് അയാൾ മനസ്സിലാക്കി. അതുകൊണ്ട് അക്കാര്യം താൻ ഒറ്റയ്ക്കു നിർവഹിക്കേണ്ടിയിരിക്കുന്നു.

വലിയ പിശാച് ഇവാനെയും സഹോദരന്മാരെയും അന്വേഷിച്ചു നാട്ടിലെങ്ങും നടന്നു. പക്ഷേ, അവരെ എങ്ങും കണ്ടുകിട്ടിയില്ല. അവർ വെവ്വേറെ മൂന്നു രാജ്യങ്ങളിൽ രാജാക്കന്മാരായി സന്തോഷത്തോടെയും സംതൃപ്തിയോടെയും കഴിയുകയാണെന്ന് കുറെ കഴിഞ്ഞപ്പോൾ അയാൾക്കു മന

സ്സിലായി. ഇതറിഞ്ഞപ്പോൾ മൂത്ത പിശാചിനു വല്ലാത്ത ഈർഷ്യ ഉണ്ടായി. “ഞാൻ തന്നെ ആ ദൗത്യം നിർവ്വഹിക്കാൻ പോകുന്നു” മൂത്ത പിശാച് പ്രതിജ്ഞ ചെയ്തു.

അയാൾ ആദ്യം സമീപിച്ചതു സൈമണെയാണ്. ഒരു ജനറലിന്റെ വേഷത്തിൽ സൈമണു മുമ്പിലെത്തിയ അയാൾ പറഞ്ഞു: “സൈമൺ അങ്ങൊരു വലിയ യോദ്ധാവാണ്. യുദ്ധകാര്യങ്ങളിൽ എനിക്കും നല്ല പരിചയമുണ്ട്. അങ്ങയെ സേവിക്കാൻ ഞാനാഗ്രഹിക്കുന്നു.”

ജനറലായി വേഷം മാറി വന്ന വലിയ പിശാചിനെ സൈമൺ വിശദമായി ചോദ്യം ചെയ്തു. അയാൾ വളരെ സമർത്ഥനും ബദ്ധിമാനുമാണെന്നു ബോധ്യപ്പെട്ടതിനെത്തുടർന്ന് അയാളെ തന്റെ സൈന്യത്തിൽ നിയമിച്ചു.

സൈന്യത്തെ ശക്തിപ്പെടുത്താനുള്ള മാർഗ്ഗങ്ങൾ പുതിയ ജനറൽ സൈമണു പഠിപ്പിച്ചു കൊടുത്തു. പുതിയ യുദ്ധോപകരണങ്ങൾ പരിചയപ്പെടുത്തി. ഒരു മിനുട്ടിൽ നൂറു വെടിയുണ്ടകൾ വരെ പായിക്കാൻ കഴിവുള്ള പീരങ്കികൾ അവർ നിർമ്മിച്ചു. മാരകമായ പ്രഹരശേഷിയുള്ള ആയുധമാണിതെന്നു പ്രത്യേകം പറയേണ്ടതില്ലല്ലോ. പുതിയ ജനറലിന്റെ നിർദ്ദേശപ്രകാരം, രാജ്യത്തെ ചെറുപ്പക്കാരിൽ ഒരു നിശ്ചിത വയസ്സിനു മുകളിലുള്ളവരെല്ലാം സൈനിക പരിശീലനത്തിനു ചെല്ലണമെന്നു സൈമൺ ഉത്തരവിട്ടു. രാജ്യത്ത് അസംഖ്യം തോക്കുവില്പന ശാലകളും പീരങ്കിയും റൈഫിളും നിർമ്മിക്കുന്ന കേന്ദ്രങ്ങളും ആരംഭിച്ചു.

ജനറലിന്റെ ഉപദേശപ്രകാരം അയൽ രാജ്യത്തെ ആക്രമിക്കുകയായിരുന്നു സൈമണിന്റെ അടുത്ത നടപടി. ഇതനുസരിച്ച് എണ്ണമറ്റ സൈനികർ അയൽ രാജ്യത്തേക്കു മാർച്ചു ചെയ്തു. അവിടെ കൊള്ളയും കൊള്ളിവയ്പ്പും നടത്തി. ശത്രുസൈന്യത്തെ പാതിയിലേറെയും കൊന്നൊടുക്കി. ഭയന്നു വിറച്ച അയൽ രാജാവ് രാജ്യത്തിന്റെ പകുതി സൈമണു കാഴ്ചവച്ച് കൂടുതൽ അനർത്ഥങ്ങൾ ഒഴിവാക്കി.

ഈ വിജയങ്ങളിൽ ആഹ്ലാദമത്തനായ സൈമൺ അടുത്ത പടിയായി ഇന്ത്യയിലേക്കു പടനയിക്കാനും അവിടുത്തെ വൈസ്രോയിയെ കീഴ്പ്പെടുത്താനും താൻ ആഗ്രഹിക്കുന്ന കാര്യം പ്രഖ്യാപിച്ചു.

ഈ വിവരം ഇന്ത്യയുടെ ഭരണാധികാരിയുടെ കാതു

കളിലെത്തി. സൈമണിന്റെ സൈന്യത്തെ പ്രതിരോധിക്കാനുള്ള സന്നാഹങ്ങളെല്ലാം അദ്ദേഹം പെട്ടെന്നു ചെയ്തു വച്ചു. ഏറ്റവും നവീനമായ ആയുധങ്ങളെല്ലാം കരുതി വച്ചു എന്നു മാത്രമല്ല പല പുതിയ ആയുധങ്ങളും ഇതിനായി കണ്ടുപിടിക്കുകയും ചെയ്തു. പതിന്നാലു വയസ്സിനു മുകളിലുള്ള എല്ലാ ആൺകുട്ടികളും അവിവാഹിതരായ എല്ലാ പെൺകുട്ടികളും സൈന്യത്തിൽ ചേരാൻ അദ്ദേഹം കല്പനയായി. അങ്ങനെ ഇന്ത്യൻ സൈന്യത്തിന് സൈമണിന്റെ സൈന്യത്തേക്കാൾ പല മടങ്ങ് അംഗബലമുണ്ടായി. അദ്ദേഹത്തിന്റെ തോക്കുകളും പീരങ്കികളും സൈമൺ ശേഖരിച്ച അതേ ഇനത്തിൽ പെട്ടവയായിരുന്നു. പോരാത്തതിന് ശത്രുപാളയത്തിലേക്കു ബോംബു വർഷിക്കാൻ കഴിവുള്ള പറക്കുന്ന ഒരു യന്ത്രവും അദ്ദേഹം കണ്ടുപിടിച്ചു.

സൈമണ് സ്വന്തം ശക്തിയിൽ നല്ല വിശ്വാസമുണ്ടായിരുന്നു. അയാൾ ആക്രമണപരിപാടികളുമായി മുന്നോട്ടു പോയി. പക്ഷേ, ഇത്തവണ ഭാഗ്യം അയാൾക്കെതിരായിരുന്നു. കീഴടക്കാൻ പോയ ആൾക്കു സ്വയം കീഴടങ്ങേണ്ടി വന്നു.

സൈമണിന്റെ സൈന്യത്തിനു വെടിവച്ചുകൊള്ളിക്കാൻ പറ്റുന്നതിനും അകലെയായിരുന്നു ഇന്ത്യയുടെ ഭരണാധികാരി സ്വന്തം സൈന്യത്തെ വിന്യസിച്ചിരുന്നത്. അതേ സമയം പറക്കുന്ന യന്ത്രം വർഷിച്ച ബോംബുകൾ സൈമണിന്റെ സൈന്യത്തെ നിശ്ശേഷം തകർത്തു കളഞ്ഞു.

സൈമണിന്റെ രാജ്യം വൈസ്രോയി പിടിച്ചെടുത്തു. സൈമൺ സ്വന്തം ജീവനും കൊണ്ടു പലായനം ചെയ്തു.

അങ്ങനെ സൈമണിന്റെ കാര്യം ശരിയാക്കിക്കഴിഞ്ഞപ്പോൾ മൂത്ത പിശാച് അടുത്തതായി ടാറസിനെ സമീപിച്ചു.

ഒരു വലിയ വ്യാപാരിയുടെ വേഷത്തിലാണ് അയാൾ ഇത്തവണ ടാറസിന്റെ മുമ്പിൽ പ്രത്യക്ഷപ്പെട്ടത്. ടാറസിന്റെ അനുമതിയോടെ അയാൾ പല ഫാക്ടറികളും സ്ഥാപിച്ചു; ധാരാളം പണം ഉണ്ടാക്കുകയും ചെയ്തു. പുതിയ 'വ്യാപാരി' ഏറ്റവും കൂടിയ വിലയ്ക്കാണു ചരക്കുകൾ വാങ്ങിയിരു

ന്നത്. അതിനാൽ തങ്ങളുടെ ഉൽപന്നങ്ങൾ അയാൾക്കു വിൽക്കാൻ ആളുകൾ തിക്കിത്തിരക്കി. ഈ 'വ്യാപാരി' മുഖേന നാട്ടുകാർക്കു ധാരാളം പണം സമ്പാദിക്കാനായി. അവർ തങ്ങളുടെ കടങ്ങളും നികുതിക്കുടിശ്ശികയുമെല്ലാം വീട്ടിത്തീർത്തു. ഇതെല്ലാമായപ്പോൾ ടാറസിനു വലിയ സന്തോഷമായി. അയാൾ പറഞ്ഞു "ഏതായാലും ആ വ്യാപാരി വന്നതു നന്നായി. എനിക്കിപ്പോൾ പണ്ടത്തേതി ലുമധികം പണമുണ്ട്. എന്റെ ജീവിതമിനി കൂടുതൽ സന്തോ ഷകരമായിത്തീരും.

പുതിയ ചില കെട്ടിടങ്ങൾ പണിയാൻ ടാറസ് ആഗ്ര ഹിച്ചു. ജോലിക്കാർക്കായി അയാൾ പരസ്യവും ചെയ്തു. എല്ലാത്തരം തൊഴിലാളികൾക്കും കൂടിയ പ്രതിഫലവും വാഗ്ദാനം ചെയ്തിരുന്നു. ജോലിക്കായി പണ്ടേപ്പോലെ ആളുകൾ ഓടിക്കൂടുമെന്നാണ് ടാറസ് കരുതിയത്; പക്ഷേ, അത്ഭുതമെന്നു പറയട്ടെ ആരും വന്നില്ല. സകല തൊഴി ലാളികളും പുതിയ 'വ്യാപാരി'ക്കുവേണ്ടിയാണു ജോലി ചെയ്യുന്നത്. ടാറസ് വേതനം കൂട്ടി നൽകാമെന്നു പറഞ്ഞു. വ്യാപാരിയും അതിനനുസരിച്ചു വേതനം കൂട്ടി. ധാരാളം പണം കൈവശമുണ്ടായിരുന്നതുകൊണ്ടു ടാറസ് പ്രതിഫലം പലമടങ്ങു വർദ്ധിപ്പിച്ചു തരാമെന്നു പറഞ്ഞുനോക്കി. വ്യാപാരിയും വിട്ടില്ല. അയാൾ അതിന്റെ ഇരട്ടി വാഗ്ദാനം ചെയ്തു., തൊഴിലാളികളെ കിട്ടാതെ വന്നപ്പോൾ കെട്ടിടം പണിക്കുള്ള ശ്രമം ടാറസ് ഉപേക്ഷിച്ചു.

ടാറസ് അടുത്തതായി ചില പൂന്തോട്ടങ്ങളും ജലധാ രായന്ത്രങ്ങളും നിർമ്മിക്കാൻ പദ്ധതിയിട്ടു. പക്ഷേ, ആരും ജോലിക്കെത്താത്തതുകൊണ്ട് ആ പദ്ധതിയും ഉപേക്ഷിച്ചു. തണുപ്പുകാലമെത്തിയപ്പോൾ തനിക്കു നല്ലൊരു രോമക്കു പ്പായമുണ്ടാക്കണമെന്നയാൾക്കു തോന്നി. അതിനുള്ള

പ്രത്യേക തരം രോമം വാങ്ങാൻ പോയ ആൾ വെറും കയ്യോടെ മടങ്ങിവന്നു പറഞ്ഞു: "കുപ്പായമുണ്ടാക്കാനുള്ള രോമം എവിടെയും കിട്ടാനില്ല; വലിയ വില കൊടുത്തു 'വ്യാപാരി' എല്ലാം വാങ്ങി."

ടാറസിനു ഏതാനും കുതിരകളെ ആവശ്യമായി വന്നു. കുതിരകളെ വാങ്ങാൻ പോയ ആളും പഴയ മറുപടിയുമായി തിരികെവന്നു. "കുതിരകളെ കിട്ടാനില്ല; നാട്ടിലുള്ള കുതിരകളെ മുഴുവൻ 'വ്യാപാരി' വാങ്ങിക്കഴിഞ്ഞു-അയാൾ നിർമ്മിക്കുന്ന കൃത്രിമക്കുളത്തിലേക്കു വെള്ളമെത്തിക്കാൻ. ഒടുവിൽ തന്റെ സംരംഭങ്ങൾ തത്ക്കാലം നിർത്തിവയ്ക്കാൻ ടാറസ് നിർബന്ധിതനായി; കാരണം അയാൾക്കുവേണ്ടി പണിയെടുക്കാൻ ആരും തയ്യാറല്ലായിരുന്നു. തൊഴിലാളികളെല്ലാം 'വ്യാപാരി'യുടെ ഭാഗത്തായിക്കഴിഞ്ഞു. ജനങ്ങൾ ടാറസുമായി ബന്ധപ്പെടുന്നതു നികുതി അടയ്ക്കുന്നതിനു മാത്രമായി. അയാളുടെ പണമാകട്ടെ നാൾക്കുനാൾ പെരുകി വന്നു. അതെല്ലാം സൂക്ഷിക്കാൻ സ്ഥലം കിട്ടാതെ അയാൾ ബുദ്ധിമുട്ടി. അയാളുടെ ജീവിതമാകട്ടെ നരകതുല്യമായിത്തീരുകയും ചെയ്തു. പുതിയ എന്തെങ്കിലും സംരംഭം തുടങ്ങണമെന്നുള്ള ആഗ്രഹങ്ങളൊക്കെ അയാൾ ഉപേക്ഷിച്ചു. എങ്ങനെയെങ്കിലും സമാധാനമായി ജീവിച്ചാൽ മതിയെന്നായി. പക്ഷെ അതുപോലും ബുദ്ധിമുട്ടായി തീർന്നു. കാരണം ഏതു വഴി തിരിഞ്ഞാലും പുതിയ പുതിയ പ്രതിബന്ധങ്ങൾ വന്നുപെട്ടുകൊണ്ടിരുന്നു. എന്തിനേറെ, അയാളുടെ പാചകക്കാരനും, വണ്ടിക്കാരുമടക്കം സകല സേവകരും പുതിയ വ്യാപാരിയുടെ ശമ്പളക്കാരായിത്തീർന്നു. കനത്ത സമ്പാദ്യം കൈവശമിരിക്കെ അയാൾക്കു തിന്നാൻ ഒന്നും കിട്ടാതായി. എന്തെങ്കിലും സാധനം വാങ്ങാൻ അയാൾ കമ്പോളത്തിൽ ചെന്നാൽ

അതിനു മുമ്പുതന്നെ പുതിയ 'വ്യാപാരി' വന്ന് അതെല്ലാം വാങ്ങിക്കൊണ്ടുപോയിരിക്കും. എങ്കിലും അയാൾക്കു പണം നൽകുന്നതിൽ ആളുകൾ മുടക്കം വരുത്തിയില്ല.

കോപിഷ്ഠനായ ടാറസ് 'വ്യാപാരി'യെ രാജ്യത്തിനു പുറത്താക്കാൻ ഉത്തരവിട്ടു. വ്യാപാരി രാജ്യം വിട്ടുപോയി. പക്ഷേ, അതിർത്തിയോടു ചേർന്നു അയാൾ തന്റെ താവളം ഉറപ്പിച്ചു വ്യാപാരം തുടങ്ങി. ഫലം പഴയതുതന്നെ. ഭക്ഷണം കിട്ടാതെ ദിവസങ്ങളോളം പട്ടിണി കിടക്കേണ്ടതായി വന്നു ടാറസിന്. 'വ്യാപാരി' ടാറസിനെത്തന്നെ വിലയ്ക്കുവാങ്ങാൻ പോകുന്നതായി കിംവദന്തി പരന്നു. ഇതു കേട്ട ടാറസ് വളരെ കരുതലോടെയിരുന്നു; പക്ഷേ, എന്തു ചെയ്യണമെന്ന് അയാൾക്കൊരു രൂപവും കിട്ടിയില്ല.

ഈ സമയത്ത് അയാളുടെ സഹോദരൻ സൈമൺ കൊട്ടാരത്തിലെത്തി ടാറസിനോടു പറഞ്ഞു: "എന്നെ സഹായിക്കൂ. ഇന്ത്യൻ വൈസ്രോയി എന്നെ തോല്പിച്ചു. എനിക്കുള്ളതെല്ലാം നഷ്ടപ്പെട്ടു."

ടാറസ് പറഞ്ഞു: "ഞാനെങ്ങനെ സഹായിക്കും? കഴിഞ്ഞ രണ്ടു ദിവസമായി ഞാൻ ഭക്ഷണമേ കഴിച്ചിട്ടില്ല."

11. ഇവാനും മൂത്തപിശാചും

അങ്ങനെ, രണ്ടാമത്തെ സഹോദരനെയും ഒരു പരുവമാക്കിക്കഴിഞ്ഞപ്പോൾ വലിയ പിശാച് വിഡ്ഢിയായ ഇവാനെ സമീപിച്ചു. സൈമണിന്റെ പക്കൽ ചെന്നതുപോലെ ഒരു പട്ടാള ജനറലിന്റെ വേഷത്തിലാണ് അയാൾ ഇവാന്റെ പക്കൽ ചെന്നത്. അയാൾ പറഞ്ഞു: "അങ്ങ് ഒരു സൈന്യത്തെ സംഘടിപ്പിക്കണം. അങ്ങയെപോലൊരു രാജാവിന് ഒരു സൈന്യമില്ല എന്നു വരുന്നതു വലിയ കുറച്ചിലാണ്. അങ്ങു പ്രജകളെ എല്ലാം വിളിച്ചു കൂട്ടുക. അവരിൽ നിന്നു ഞാൻ നല്ലൊരു സൈന്യത്തെ ഉണ്ടാക്കാം."

പുതിയ ജനറലിന്റെ ഉപദേശം ഇവാൻ സ്വീകരിച്ചു. അയാൾ പറഞ്ഞു, 'ശരി നിങ്ങൾ എന്റെ ആളുകളെക്കൊണ്ട് ഒരു സൈന്യത്തെ ഉണ്ടാക്കുക. പക്ഷേ ഒന്നുണ്ട്, എനിക്കിഷ്ടമുള്ള പാട്ടുകൾ പാടാൻ അവരെ പഠിപ്പിക്കണം."

വലിയ പിശാച് സൈന്യത്തിലേക്ക് ആളെ ചേർക്കുന്നതിനായി ഇവാന്റെ രാജ്യത്തിലെങ്ങും ചുറ്റിനടന്നു. "വരിക, നിങ്ങളുടെ തല മൊട്ടയടിക്കുക (പട്ടാളത്തിൽ ചേരു

ന്നവരുടെ തല മുണ്ഡനം ചെയ്യുന്ന പതിവ് അന്ന് റഷ്യയി ലുണ്ടായിരുന്നു) ഞാൻ നിങ്ങൾക്ക് നല്ലൊരു ചുവന്ന തൊപ്പിയും ഇഷ്ടംപോലെ വോഡ്കയും (റഷ്യൻ മദ്യം) തരാം.”

ജനങ്ങൾ അതുകേട്ടു ചിരിച്ചു. അവർ പറഞ്ഞു: “ഞങ്ങ ളുടെ പക്കൽ ആവശ്യത്തിനു വോഡ്ക്കയുണ്ട്. ഞങ്ങളതു സ്വയം ഉണ്ടാക്കുകയാണു പതിവ്. പിന്നെ തൊപ്പി. ഞങ്ങ ളുടെ പെൺകിടാങ്ങൾ ഏതു നിറത്തിലുള്ള തൊപ്പിയും ഞങ്ങൾക്കുണ്ടാക്കിത്തരും. തൊങ്ങലു പിടിപ്പിച്ച നല്ല സുന്ദ രൻതൊപ്പികൾ.”

അങ്ങനെ പട്ടാളത്തിൽ ആളെ ചേർക്കാനുള്ള പിശാ ചിന്റെ പദ്ധതി പൊളിഞ്ഞു. അയാൾ ഇവാനെ സമീപിച്ചു പറഞ്ഞു: “വിഡ്ഢികളായ ഈ ജനങ്ങൾ പട്ടാളത്തിൽ ചേരാൻ സ്വമേധയാ മുന്നോട്ടു വരുന്നില്ല. അവരെ ബല മായി ചേർക്കുക തന്നെ വേണം.”

“ആകട്ടെ” ഇവാൻ പറഞ്ഞു. “ബലപ്രയോഗം വേണ മെന്നു തോന്നുന്നെങ്കിൽ അങ്ങനെയാകാം.”

തുടർന്ന്, എല്ലാ ജനങ്ങളും പട്ടാളത്തിൽ ചേരേണ്ടതാ ണെന്ന് വലിയ പിശാച് പ്രഖ്യാപിച്ചു. വിസമ്മതിക്കുന്ന വർക്ക് ഇവാൻ മരണശിക്ഷ വിധിക്കുന്നതാണ് എന്നും അയാൾ അറിയിച്ചു.

ഇതു കേട്ട ജനങ്ങൾ “ജനറലി’ നെ സമീപിച്ച് ഇപ്ര കാരം ചോദിച്ചു. “പട്ടാളത്തിൽ ചേരാൻ വിസമ്മതിക്കുന്ന വരെ ഇവാൻ കൊന്നുകളയുമെന്നു നിങ്ങൾ പറഞ്ഞു. പക്ഷേ, പട്ടാളക്കാരായിത്തീർന്നാൽ ഞങ്ങൾക്കെന്തു സംഭ വിക്കും എന്നു നിങ്ങൾ പറഞ്ഞില്ല. ഞങ്ങൾ കൊല്ലപ്പെടും എന്നാണു ഞങ്ങൾ മനസ്സിലാക്കുന്നത്.”

“അങ്ങനെ സംഭവിച്ചുകൂടായ്കയില്ല.” പിശാചു പറഞ്ഞു.

ഇതു കേട്ട ജനങ്ങൾ പട്ടാളത്തിൽ ചേരില്ല എന്ന തീരുമാനത്തിൽ ഉറച്ചു നിന്നു. “ഞങ്ങളെ കൊന്നോളൂ; പക്ഷേ ഞങ്ങൾ പട്ടാളത്തിൽ ചേരില്ല.” അവർ പ്രഖ്യാപിച്ചു.

“വിഡ്ഢികളേ!” പിശാച് പറഞ്ഞു “പട്ടാളക്കാർ കൊല്ലപ്പെടാം; കൊല്ലപ്പെടാതിരിക്കാം. പക്ഷേ ഇവാന്റെ വാക്കുകൾ അനുസരിച്ചില്ലെങ്കിൽ അദ്ദേഹത്തിന്റെ കൈകൊണ്ടു നിങ്ങളുടെ മരണം ഉറപ്പാണ്.”

ജനങ്ങൾ കുറേ സമയം ചിന്താധീനരായി നിന്നു. ഒടുവിൽ ഇക്കാര്യത്തെപ്പറ്റി ചോദിക്കാൻ അവർ ഇവാനെ സമീപിച്ചു. “ആ ജനറൽ ഞങ്ങളോടു പറഞ്ഞു എല്ലാവരും പട്ടാളത്തിൽ ചേരണമെന്ന് അങ്ങയുടെ ഉത്തരവുണ്ടെന്നും, അനുസരിക്കാത്തവരെ അങ്ങു കൊന്നുകളയുമെന്നും; ഇതു നേരാണോ?”

ഇത് കേട്ട് ഇവാൻ ചിരിക്കാൻ തുടങ്ങി. “എനിക്കൊറ്റയ്ക്ക് നിങ്ങളെയെല്ലാം എങ്ങനെ കൊല്ലാൻ കഴിയും എന്നെനിക്കു മനസ്സിലാകുന്നില്ല. ഞാനൊരു വിഡ്ഢിയല്ലായിരുന്നെങ്കിൽ ഒരു പക്ഷേ എനിക്കതു വിശദീകരിക്കാൻ കഴിഞ്ഞേനേ. പക്ഷേ ഇപ്പോഴത്തെ അവസ്ഥയിൽ എനിക്കതിനു കഴിയില്ല.”

“ശരി എങ്കിൽ ഞങ്ങൾ പട്ടാളത്തിലേക്കില്ല” അവർ പറഞ്ഞു.

“ ശരി.” ഇവാൻ പറഞ്ഞു: “നിങ്ങൾക്കാഗ്രഹമില്ലെങ്കിൽ നിങ്ങൾ പട്ടാളത്തിൽ ചേരേണ്ട.”

ഇവാനെ അപകടത്തിൽ പെടുത്താനുള്ള തന്റെ പദ്ധതികളെല്ലാം പൊളിയുമെന്നുറപ്പായപ്പോൾ വലിയ പിശാച്

അയൽ രാജ്യമായ 'തരക്കാനിയ'യിലെ രാജാവിനെ ചെന്നു കണ്ടു. അദ്ദേഹത്തിന്റെ സൗഹൃദം സമ്പാദിച്ച പിശാച് പറഞ്ഞു "നമുക്കു പോയി ഇവാന്റെ രാജ്യം കീഴടക്കാം. അയാളുടെ കൈവശം പണമൊന്നുമില്ല; പക്ഷേ, ഇഷ്ടം പോലെ കന്നുകാലികളും ഭക്ഷണസാധനങ്ങളും നമുക്കു പകാരപ്പെടുന്ന മറ്റനേകം സാധനങ്ങളുമുണ്ട്."

"തരക്കാനിയ"യിലെ രാജാവ് തന്റെ സൈന്യത്തെ ഒരുക്കി. തോക്കുകളും പീരങ്കികളും മറ്റു സന്നാഹങ്ങളുമായി അതിർത്തി കടന്നു ഇവാന്റെ രാജ്യത്തിൽ പ്രവേശിച്ചു. ഉടൻ പ്രജകൾ ഇവാനെ വിവരമറിയിച്ചു. 'തരക്കാനിയ'യിലെ രാജാവ് വലിയൊരു സൈന്യവുമായി നമ്മോടു യുദ്ധത്തിനു വരുന്നു."

'അവർ വന്നുകൊള്ളട്ടെ' എന്നായിരുന്നു ഇവാന്റെ മറുപടി.

അതിർത്തി കടന്നു ഇവാന്റെ രാജ്യത്തിൽ പ്രവേശിച്ച തരക്കാനിയയിലെ രാജാവ് തങ്ങളെ നേരിടാൻ പട്ടാളക്കാരെ എങ്ങും കണ്ടില്ല. ആരെങ്കിലും വരുമെന്നു കരുതി കുറെ സമയം കാത്തിരുന്നു. മടുത്തപ്പോൾ അദ്ദേഹം ഗ്രാമങ്ങളെ ആക്രമിക്കാൻ സ്വന്തം പട്ടാളത്തിനു കല്പന കൊടുത്തു. സൈന്യം ആദ്യത്തെ ഗ്രാമത്തിൽ പ്രവേശിച്ചു. തങ്ങളുടെ ഗ്രാമത്തിൽ ശത്രുസൈന്യം പ്രവേശിച്ചപ്പോൾ ഇവാന്റെ പ്രജകൾ ശാന്തമായാണ് പ്രതികരിച്ചത്. തങ്ങളുടെ കന്നുകാലികളും ഭക്ഷണസാധനങ്ങളുമുൾപ്പെടെയുള്ള വിലപിടിച്ച സംഗതികൾ പട്ടാളക്കാർ കൊള്ളയടിച്ചിട്ടും ഗ്രാമീണർ പ്രതിരോധിക്കാൻ പോയില്ല. അടുത്ത ഗ്രാമത്തിൽ ചെന്നപ്പോഴും സ്ഥിതി അതുതന്നെ. എങ്ങുമില്ല എതിർപ്പ്. അടുത്ത ഗ്രാമത്തിലും അതിനടുത്ത ഗ്രാമത്തിലും എല്ലാം ഒരേ സമീ

പനം. ജനങ്ങൾക്ക് എതിർപ്പില്ല എന്നു മാത്രമല്ല, തങ്ങളോടൊപ്പം വന്നു താമസിക്കാൻ അവർ ശത്രുസൈനികരെ ക്ഷണിക്കുകയാണു ചെയ്തത്. അവർ പറഞ്ഞു: "സുഹൃത്തുക്കളേ, നിങ്ങളുടെ രാജ്യത്തു ജീവിക്കാൻ വലിയ പ്രയാസമാണെങ്കിൽ ഇങ്ങോട്ടു പോരൂ. ഞങ്ങൾക്ക് എല്ലാ സാധനങ്ങളും വേണ്ടത്രയുണ്ട്."

ശത്രുസൈന്യം മാർച്ചു ചെയ്തു മാർച്ചു ചെയ്തു മുന്നോട്ടു പോയി. എതിർക്കാൻ എവിടേയും സൈനികരില്ല. ജനങ്ങൾ മാത്രം. അവർ സാധാരണപോലെ ജീവിക്കുന്നു. ഭക്ഷണമുണ്ടാക്കി കഴിക്കുന്നു. മറ്റുള്ളവർക്കു നൽകുന്നു. പട്ടാളക്കാരെ തങ്ങളോടൊപ്പം ജീവിക്കാൻ സന്തോഷത്തോടെ ക്ഷണിക്കുന്നു. അവരോടു പോകരുതെന്നഭ്യർത്ഥിക്കുന്നു. ഈ സമീപനത്തിനു മുന്നിൽ പട്ടാളക്കാർ മാനസികമായി തളർന്നു. അവർ തങ്ങളുടെ രാജാവിനെ സമീപിച്ച് ഇങ്ങനെ പറഞ്ഞു:

"ഇവിടെ യുദ്ധം ചെയ്യാൻ ഞങ്ങൾക്കാവില്ല. ഞങ്ങളെ വേറെ എങ്ങോട്ടെങ്കിലും കൊണ്ടുപോകൂ. യുദ്ധം ചെയ്യാൻ ഞങ്ങൾ തയ്യാറാണ്. പക്ഷേ ഇതെന്താണ്? ഇതു പഴം മുറിക്കുന്നതുപോലെ ഒരേർപ്പാട്. ഇവിടെ ഞങ്ങളിനി യുദ്ധം ചെയ്യില്ല.

'താരക്കാന' രാജാവിനു വല്ലാത്ത കോപം വന്നു. ആ രാജ്യം മുഴുവൻ തകർത്തു തരിപ്പണമാക്കാൻ അദ്ദേഹം ഉത്തരവിട്ടു. ഗ്രാമങ്ങൾ നശിപ്പിക്കുക. ധാന്യങ്ങളും വീടുകളും തീയിടുക. കന്നുകാലികളെ കൊല്ലുക. "എന്റെ ഉത്തരവ് അനുസരിച്ചില്ലെങ്കിൽ എല്ലാത്തിനേയും ഞാൻ കൊല്ലും." രാജാവു പറഞ്ഞു.

പട്ടാളക്കാർ സംഭീതരായി. കല്പനപ്രകാരം അവർ

പ്രവർത്തിച്ചു തുടങ്ങി. വീടുകൾക്കും വിളകൾക്കും തീയിട്ടു. കന്നുകാലികളെ കൊന്നൊടുക്കി. എന്നിട്ടും വിഡ്ഢികളായ ജനങ്ങൾ എതിർത്തില്ല. തേങ്ങിക്കരയുക മാത്രം ചെയ്തു.

വൃദ്ധജനങ്ങൾ കരഞ്ഞു.

സ്ത്രീകൾ കരഞ്ഞു.

യുവജനങ്ങൾ കരഞ്ഞു.

"എന്തിനു ഞങ്ങളെ ഉപദ്രവിക്കുന്നു." അവർ ചോദിച്ചു. "ഈ നല്ല സാധനങ്ങൾ നശിപ്പിക്കുന്നതെന്തിന്? നിങ്ങൾക്കു വേണമെങ്കിൽ അവ എടുത്തുകൊണ്ടു പോകാമല്ലോ."

ഈ ജനങ്ങളോടു ചെയ്ത ദ്രോഹത്തെ ഓർത്തു പട്ടാളക്കാർ ദുഃഖിതരായി. അവർ കൂടുതലെന്തെങ്കിലും ഉപദ്രവം ചെയ്യാൻ വിസമ്മതിച്ചു.

യുദ്ധസന്നാഹങ്ങൾ ഉപേക്ഷിച്ച് അവർ ഓടിപ്പോയി.

12. പിശാചിന്റെ പരാജയം

സൈമണിന്റെ കാര്യത്തിൽ ചെയ്തതുപോലെ പട്ടാളക്കാരെ ഉപയോഗിച്ച് ഇവാന്റെ രാജ്യം നശിപ്പിക്കാനുള്ള തന്റെ പരിപാടി ചീറ്റിപ്പോയി എന്നു വ്യക്തമായപ്പോൾ വലിയ പിശാച് മറ്റൊരടവു പയറ്റി. ടാറസിനെ പരാജയപ്പെടുത്തിയതുപോലെ പണത്തിന്റെ ശക്തികൊണ്ട് ഇവാനെ തകർക്കാനായി അയാളുടെ അടുത്ത ശ്രമം. അയാൾ ഒരു പ്രഭുവിനെപ്പോലെ ആഢംബരപൂർവ്വം വസ്ത്രങ്ങൾ ധരിച്ച് ഇവാന്റെ രാജ്യത്തു താമസമായി.

ഒരു നാൾ പുതിയ 'പ്രഭു' ഇവാനെ സമീപിച്ചു പറഞ്ഞു. "ഞാൻ അങ്ങയെയും ജനങ്ങളെയും യുക്തിപൂർവ്വം ചിന്തിക്കുന്നതുൾപ്പെടെയുള്ള ബുദ്ധിപരമായ കാര്യങ്ങൾ പഠിപ്പിക്കാനാഗ്രഹിക്കുന്നു. ഇവിടെ അങ്ങയ്ക്കു വേണ്ടി ഒരു കൊട്ടാരവും ഫാക്ടറികളും നിർമ്മിക്കാനും എനിക്കാഗ്രഹമുണ്ട്.

"കൊള്ളാം" ഇവാൻ പറഞ്ഞു. "നിങ്ങൾ വന്ന് ഞങ്ങളോടൊപ്പം താമസിച്ചുകൊള്ളൂ."

പോൾ കല്ലാനോട്

പിറ്റെ ദിവസം 'പ്രഭു' കമ്പോളത്തിലെ മൈതാനത്തു പ്രത്യക്ഷപ്പെട്ടു. അയാളുടെ പക്കൽ വലിയൊരു ചാക്കു നിറയെ സ്വർണ്ണനാണയങ്ങളുണ്ടായിരുന്നു; കൈയിൽ ഒരു കെട്ടിടത്തിന്റെ പ്ലാനും. അയാൾ പറഞ്ഞു "പ്രിയ ജനങ്ങളേ, പന്നികളെക്കാൾ മോശം നിലയിലാണു നിങ്ങളിപ്പോൾ ജീവിക്കുന്നത്. അന്തസ്സായി ജീവിക്കേണ്ടതെങ്ങനെയെന്നു ഞാൻ നിങ്ങൾക്കു പഠിപ്പിച്ചു തരാൻ പോകയാണ്. ഇതിൽ വരച്ചിരിക്കുന്ന പ്ലാനനുസരിച്ച് നിങ്ങൾ എനിക്കൊരു വീടുണ്ടാക്കിത്തരണം. പണിയുടെ മേൽനോട്ടം ഞാൻ തന്നെ നിർവ്വഹിക്കുന്നതാണ്. സ്വർണ്ണനാണയങ്ങളാണു നിങ്ങൾക്കു പ്രതിഫലമായി തരാൻ പോകുന്നത്." ചാക്കിലുള്ള സ്വർണ്ണനാണയങ്ങൾ അവരെ കാണിച്ചുകൊണ്ടാണ് അയാളിതു പറഞ്ഞത്.

ആ വിഡ്ഢികൾക്ക് വിസ്മയമായി. ഏതെങ്കിലും തരത്തിലുള്ള പണം അവരിതിനു മുൻപു കണ്ടിട്ടുണ്ടായിരുന്നില്ല. അവരുടെ രാജ്യത്ത് നാണയവ്യവസ്ഥ ഉണ്ടായിരുന്നില്ല. പകരം കൈമാറ്റ വ്യവസ്ഥയായിരുന്നു അവർക്ക്. സാധനങ്ങളോ സേവനങ്ങളോ പരസ്പരം കൈമാറുന്ന 'ബാർട്ടർ' സമ്പ്രദായം വഴിയാണ് അവർ കാര്യങ്ങൾ നിർവ്വഹിച്ചിരുന്നത്. ചാക്കിലെ സ്വർണ്ണനാണയങ്ങളുടെ തിളക്കത്തിൽ അവരുടെ കണ്ണുകളും തിളങ്ങി.

"എന്തു രസമാണിതു കാണാൻ!" അവർ പരസ്പരം പറഞ്ഞു. ജനങ്ങൾ 'പ്രഭു'വിനു വേണ്ടി ജോലിയെടുക്കാൻ തുടങ്ങി. 'പ്രഭു'വാകട്ടെ അവരുടെ ജോലിക്കും അവരിൽ നിന്നു വാങ്ങുന്ന സാധനങ്ങൾക്കും പ്രതിഫലമായി വളരെ ഉദാരമായിത്തന്നെ സ്വർണ്ണനാണങ്ങൾ നൽകി.

കാര്യങ്ങൾ താൻ വിചാരിച്ച രീതിയിൽത്തന്നെ നട

ക്കുന്നതു കണ്ടപ്പോൾ പിശാച് ആഹ്ലാദപരവശനായി. “ആ വിഡ്ഢിയെ ഞാൻ നശിപ്പിക്കും” അയാൾ സ്വയം പറഞ്ഞു. “സഹോദരന്മാരുടെ ഗതിതന്നെ അവനും.”

ഇങ്ങനെ കുറേ ദിവസങ്ങൾ കഴിഞ്ഞപ്പോഴേക്കും ആ ‘വിഡ്ഢി’കൾ എല്ലാവരുടേയും കൈവശം ധാരാളം നാണയങ്ങളെത്തിച്ചേർന്നു. ഗ്രാമത്തിലെ സ്ത്രീകളും കുട്ടികളും അതുകൊണ്ട് ആഭരണങ്ങളുണ്ടാക്കി അണിഞ്ഞു. ചില സ്ത്രീകൾ അതു പിന്നിയ മുടിക്കുള്ളിൽ തിരുകിവച്ചു. കൊച്ചു കുട്ടികൾ തെരുവിൽ സ്വർണ്ണനാണയങ്ങൾ എറിഞ്ഞുകളിച്ചു.

അങ്ങനെ നാട്ടുകാർക്കെല്ലാം വേണ്ടത്ര സ്വർണ്ണനാണയങ്ങൾ കിട്ടിക്കഴിഞ്ഞപ്പോൾ ആർക്കും അതു വേണ്ടാതായി. അവർ പ്രഭുവിനു വേണ്ടി ജോലിക്കു ചെല്ലുന്നതു നിർത്തി. എന്നാൽ പ്രഭുവിന്റെ കെട്ടിടം പണി പാതി ആയിരുന്നതേ ഉണ്ടായിരുന്നുള്ളൂ. തന്നെയുമല്ല വർഷം മുഴുവൻ ചെലവിനു വേണ്ട ധാന്യങ്ങളും കന്നുകാലികളുമൊന്നും അയാൾ ശേഖരിച്ചിട്ടും ഉണ്ടായിരുന്നില്ല. അതിനാൽ ‘പ്രഭു’ വീണ്ടും ജനങ്ങളെ സമീപിച്ച് തനിക്കുവേണ്ടി ജോലിക്കു വരണമെന്നും തനിക്കു ധാന്യങ്ങളും മറ്റു സാധനങ്ങളും തരണമെന്നും ആവശ്യപ്പെട്ടു. പ്രതിഫലമായി മുൻപു തന്നിരുന്നതിന്റെ ഇരട്ടി സ്വർണ്ണനാണയങ്ങൾ നൽകുന്നതാണെന്നും അയാൾ അറിയിച്ചു.

എന്നാൽ ആരെങ്കിലും ‘പ്രഭു’വിന്റെ വീടുപണിക്ക് ചെല്ലുകയോ അയാൾക്ക് എന്തെങ്കിലും സാധനം കൊണ്ടുപോയി കൊടുക്കുകയോ ചെയ്തില്ല. വല്ലപ്പോഴും കൊച്ചുകുട്ടികളാരെങ്കിലും ഒരു കോഴിമുട്ടയോ മറ്റോ കൊണ്ടുപോയി കൊടുത്ത് ഒരു സ്വർണ്ണനാണയം വാങ്ങിപ്പോകും; അത്ര

മാത്രം. ആഹാരമൊന്നുമില്ലാതെ അയാൾ വലഞ്ഞു. വിശന്നു പൊരിഞ്ഞ അയാൾ തിന്നാനെന്തെങ്കിലും കിട്ടുമോ എന്നറിയാൻ ഗ്രാമത്തിലൂടെ ഇറങ്ങി നടന്നു. ഒരു വീട്ടിൽ ചെന്നു കയറിയ അയാൾ ഒരു സ്വർണ്ണനാണയം വച്ച് നീട്ടിയിട്ട് ഒരു കോഴിയെ ആവശ്യപ്പെട്ടു. വീട്ടുടമ സ്വർണ്ണനാണയത്തിലേക്കു നോക്കിക്കൊണ്ടു പറഞ്ഞു: "എന്റെ പക്കൽ ഇത് ആവശ്യത്തിലധികമുണ്ട്."

നിരാശനായ അയാൾ ഒരു വിധവയുടെ വീട്ടിൽ ചെന്ന് ഒരു സ്വർണ്ണനാണയം നീട്ടിയിട്ട് ഒരു മത്സ്യം ആവശ്യപ്പെട്ടു. "എനിക്കിതു വേണ്ട" അവർ പറഞ്ഞു. "ഇതുകൊണ്ടു കളിക്കാൻ എനിക്കു കുട്ടികളില്ല. എന്റെ കൈവശമാണെങ്കിൽ ഇത്തരം മൂന്നെണ്ണമുണ്ട്; ഒരു കൗതുകവസ്തു എന്ന നിലയ്ക്ക് ഞാനതു സൂക്ഷിക്കുന്നു എന്നു മാത്രം."

അടുത്തതായി അയാൾ ഒരു കർഷകനെ സമീപിച്ചു. സ്വർണ്ണനാണയം കാട്ടി ഒരു കഷണം റൊട്ടി ആവശ്യപ്പെട്ടു.

"എനിക്കിതു വേണ്ട" അയാൾ പറഞ്ഞു. "പിന്നെ, നിങ്ങൾ ദൈവനാമത്തിൽ യാചിക്കുകയാണെങ്കിൽ ഒരു കഷണം റൊട്ടി തരാൻ ഞാൻ എന്റെ ഭാര്യയോടു പറയാം. ഒരൽപ്പം നിൽക്കൂ."

ഇതു കേട്ട പിശാച് കാർക്കിച്ചു തുപ്പിയിട്ട് ഓടിപ്പോയി. ദൈവനാമത്തിൽ ആവശ്യപ്പെടാൻ! നല്ല കഥ! അതിൽ ഭേദം നെഞ്ചത്ത് ഒരു കത്തി കുത്തിയിറക്കുന്നതാണെന്നു പിശാചു വിചാരിച്ചു.

ചുരുക്കത്തിൽ, പിശാചിനു തിന്നാനൊന്നും കിട്ടിയില്ല. അയാൾ എവിടെ ചെന്നാലും ആരും അയാൾക്ക് പണത്തിന് എന്തെങ്കിലും നൽകാൻ തയ്യാറായില്ല. ആർക്കു വേണം പണം! എല്ലാവരും പറഞ്ഞത് ഒരേ കാര്യം "എന്തെങ്കിലും

വസ്തു ആവശ്യമുണ്ടെങ്കിൽ പകരം എന്തെങ്കിലും സാധനം കൊണ്ടുവരൂ. അല്ലെങ്കിൽ പകരം ജോലിയെടുക്കൂ. അതുമല്ലെങ്കിൽ ദൈവനാമത്തിൽ യാചിക്കൂ, പരോപകാരപ്രവൃത്തി എന്ന മട്ടിൽ ഞങ്ങൾ തരാം."

പക്ഷേ, പിശാചിന്റെ പക്കൽ പണമല്ലാതെ മറ്റൊന്നും ഉണ്ടായിരുന്നില്ല. ജോലി ചെയ്യുന്നത് അയാൾക്ക് ഇഷ്ടമല്ല. ദൈവനാമത്തിൽ യാചിക്കുന്ന പ്രശ്നം ഉദിക്കുന്നുമില്ല. പിശാചിനു വന്ന അരിശം ഇത്രയെന്നു പറയേണ്ടതില്ല.

"ഞാൻ നിങ്ങൾക്ക് പണം തരുന്നില്ലേ; പിന്നെന്താണു വേണ്ടത്? സ്വർണ്ണനാണയം കൊണ്ടു നിങ്ങൾക്കെന്തും വാങ്ങാം. ജോലിക്കാർക്കു കൂലി കൊടുക്കാം; പിന്നെന്താ?"

"ഞങ്ങൾക്കു പണം ആവശ്യമില്ല." അവർ പറഞ്ഞു.

"ഞങ്ങൾ ആർക്കും പണം കൊടുക്കാറില്ല. നികുതികളുമില്ല. പിന്നെ പണം കൊണ്ടെന്തു ചെയ്യാൻ?"

പിശാചിനു അത്താഴപ്പട്ടിണി കിടക്കേണ്ടി വന്നു; അത്ര തന്നെ.

ഈ വിവരങ്ങളൊക്കെ ഇവാൻ അറിയുന്നുണ്ടായിരുന്നു. ആളുകൾ അയാളോടു ചോദിച്ചു, "ഞങ്ങളെന്താണു ചെയ്യേണ്ടത്? മാന്യനായ ഒരു മനുഷ്യൻ. അയാൾക്കു തിന്നുകയും കുടിക്കുകയും നന്നായി വസ്ത്രം ധരിക്കുകയും വേണം. പക്ഷേ, അയാൾക്കു ജോലി ചെയ്യാൻ ഇഷ്ടമില്ല. എന്നാൽ ദൈവനാമത്തിൽ യാചിക്കാൻ പറഞ്ഞാൽ ചെയ്യുമോ? അതുമില്ല. അയാൾ എല്ലാവർക്കും സ്വർണ്ണനാണയം നൽകാമെന്നു പറയുന്നു. ആദ്യമൊക്കെ ഞങ്ങൾ അയാൾ ആവശ്യപ്പെട്ടതെല്ലാം നൽകി. എല്ലാവർക്കും ഇഷ്ടംപോലെ സ്വർണ്ണം കിട്ടുകയും ചെയ്തു. ഇപ്പോൾ ആരും

അയാൾക്കൊന്നും കൊടുക്കുന്നില്ല. അയാളുടെ കാര്യത്തിൽ എന്താണിനി ചെയ്യുക? ഇങ്ങനെ പോയാൽ അധികം വൈകാതെ അയാൾ പട്ടിണികിടന്നു ചാകും."

അവർ പറഞ്ഞത് ശ്രദ്ധിച്ചു കേട്ടു ഇവാൻ ഒരു പോംവഴി നിർദ്ദേശിച്ചു.

"ശരി, നാം അയാൾക്കു ഭക്ഷണം കൊടുക്കണം. അയാൾ ദിവസവും മാറി മാറി ഓരോ വീട്ടിൽ നിന്ന് ഭക്ഷണം കഴിക്കട്ടെ."

മറ്റു മാർഗ്ഗമില്ലാതിരുന്നതുകൊണ്ട് പിശാചിന് അത് അനുസരിക്കേണ്ടി വന്നു. അയാൾ ഓരോ വീട്ടിലും മാറി മാറി ഭക്ഷണത്തിനെത്താൻ തുടങ്ങി.

അങ്ങനെ ഒരു ദിവസം അയാൾ ഇവാന്റെ വീട്ടിലുമെത്തി. അയാൾ കൈകഴുകി ഉച്ചഭക്ഷണത്തിനു പന്തിയിൽ ഇരുന്നു. ഇവാന്റെ സഹോദരി ഊമയും ബധിരയുമായ മാർത്ത ഭക്ഷണം വിളമ്പാൻ തയ്യാറെടുത്തു തുടങ്ങി.

ഇവാന്റെ വീട്ടിൽ എന്നും ധാരാളം ആളുകൾ ഭക്ഷണം കഴിക്കാനെത്താറുണ്ട്. ഒരു പണിയും ചെയ്യാതെ ഉഴപ്പി നടക്കുന്ന ചില മടിയന്മാരും ഇക്കൂട്ടത്തിലുണ്ടാവും. ഭക്ഷണത്തിനു ആദ്യമേ തന്നെ അവർ കയറി ഇരിക്കും. ഏല്പിച്ച പണി ചെയ്യാത്ത അവർ ഭക്ഷണം മുഴുവൻ തിന്നു തീർക്കും. ഇത്തരക്കാരെ പിടികൂടണമെന്നു മാർത്ത തീരുമാനിച്ചിരിക്കുകയായിരുന്നു. ഒരു പണിയും ചെയ്യാത്ത ആ വിരുതന്മാരെ കണ്ടുപിടിക്കാനൊരു എളുപ്പ വഴിയുണ്ട്. കയ്യിൽ തഴമ്പുണ്ടോ എന്നു നോക്കിയാൽ മതി. പണി എടുക്കാത്തവരുടെ കയ്യിൽ തഴമ്പുണ്ടാവുകയില്ലല്ലോ. തഴമ്പുള്ളവരെ അവൾ ഊണു മേശയ്ക്കരികെ ഇരുത്തും. ഇല്ലാത്തവരെ മാറ്റി നിർത്തും. മറ്റുള്ളവരുടെ ഭക്ഷണം കഴിഞ്ഞ്

എന്തെങ്കിലും ബാക്കിയുണ്ടെങ്കിൽ അവർക്കു നൽകും.

പിശാച് ആദ്യമേ തന്നെ ഊണുമേശയ്ക്കരികെ ഇരിപ്പുറപ്പിച്ചു. മാർത്ത അയാളുടെ കൈ പിടിച്ചു പരിശോധിച്ചു. നല്ല മൃദുലമായ കൈകൾ. നീണ്ട നഖങ്ങൾ. എന്തോ മുരണ്ടുകൊണ്ട് അവൾ ചെകുത്താനെ മേശയ്ക്കരികിൽ നിന്നും പിടിച്ചുമാറ്റി. അപ്പോൾ ഇവാന്റെ ഭാര്യ പിശാചിനോടു പറഞ്ഞു "വിഷമം തോന്നരുത്. എന്റെ നാത്തൂൻ കയ്യിൽ തഴമ്പില്ലാത്തവരെ ഊണുമേശയ്ക്കരികെ ഇരിക്കാൻ അനുവദിക്കുകയില്ല. ദയവായി ഒരല്പം കാത്തിരിക്കുക. ഈയാളുകൾ ഭക്ഷണം കഴിച്ചു കഴിഞ്ഞു ബാക്കി

വല്ലതുമുണ്ടെങ്കിൽ നിങ്ങൾക്കു തരാം.

തന്റെ അഭിമാനത്തിനു മുറിവേറ്റതായി പിശാചിനു തോന്നി. പന്നിക്കു കൊടുക്കുന്നതുപോലെ മറ്റുള്ളവരുടെ ഉച്ഛിഷ്ടം തനിക്കു തരാനാണല്ലോ കൊട്ടാരത്തിലുള്ളവർ ശ്രമിക്കുന്നത്. അയാൾ ഇവാനോടു പറഞ്ഞു. "എല്ലാവരും കൈകൊണ്ട് പണിയെടുക്കണമെന്നത് എന്തൊരു മണ്ടൻ ന്യായമാണ്? നിങ്ങളുടെ വിവരക്കേടുകൊണ്ടാണ് ഇങ്ങനെയൊരു നിയമമുണ്ടാക്കിയത്. ആളുകൾ കൈകൊണ്ടു മാത്രമാണോ ജോലി ചെയ്യുന്നത്? ബുദ്ധിമാന്മാർ എന്തുപയോഗിച്ചു ജോലി ചെയ്യുന്നു എന്നാണു നിങ്ങൾ കരുതുന്നത്?"

അപ്പോൾ ഇവാൻ പറഞ്ഞു: "ഞങ്ങൾ വിഡ്ഢികൾ അതൊക്കെ എങ്ങനെ അറിയും? ഞങ്ങൾ മിക്ക പണിയും ചെയ്യുന്നത് കയ്യും ചുമലും ഉപയോഗിച്ചാണ്."

"നിങ്ങൾ വിഡ്ഢികളായതുകൊണ്ടാണങ്ങനെ. തലകൊണ്ടു ജോലിചെയ്യുന്നതെങ്ങനെയെന്നു ഞാൻ നിങ്ങളെ പഠിപ്പിച്ചു തരാം. കൈ കൊണ്ടു ജോലി ചെയ്യുന്നതിനെക്കാൾ എത്രയോ ലാഭകരമാണത്!"

അതുകേട്ട് ഇവാൻ വിസ്മയിച്ചു. "അങ്ങനെയാണെങ്കിൽ" അയാൾ പറഞ്ഞു "ഞങ്ങളെ വിഡ്ഢികളെന്നു വിളിക്കുന്നതിൽ കാര്യമുണ്ട്."

അപ്പോൾ പിശാചിന് ആവേശമായി. അയാൾ പറഞ്ഞു: "പക്ഷേ തല ഉപയോഗിച്ചു ജോലി ചെയ്യുന്നത് അത്ര എളുപ്പമല്ല. എന്റെ കൈയ്യിൽ തഴമ്പില്ല എന്നു പറഞ്ഞാണല്ലോ നിങ്ങൾ എനിക്ക് തിന്നാൻ ഒന്നും തരാതിരുന്നത്. പക്ഷേ കൈകൾ കൊണ്ടു ജോലി ചെയ്യുന്നതിനെക്കാൾ നൂറു മടങ്ങു പ്രയാസമാണ് തലകൊണ്ടു ജോലി ചെയ്യാനെന്നു നിങ്ങൾക്കറിയുമോ? ചിലപ്പോൾ തല പിളർന്നു

പോയെന്നും വരും.”

ഇവാൻ ചിന്താധീനനായി. “അങ്ങനെയാണെങ്കിൽ സുഹൃത്തേ എന്തിനിത്ര യാതന സഹിക്കണം. തല പൊട്ടിപ്പിളരുന്നതു സന്തോഷമുള്ള ഏർപ്പാടാണോ? കൈകൊണ്ടും ചുമലുകൊണ്ടും ജോലി ചെയ്യുന്നതു തന്നെയല്ലേ ഭേദം?”

പിശാചു പറഞ്ഞു “വിഡ്ഢികളായ നിങ്ങളുടെ നന്മയ്ക്കു വേണ്ടിയാണു ഞാനങ്ങനെ ചെയ്യുന്നത്. ഞാൻ യാതന സഹിച്ചില്ലെങ്കിൽ നിങ്ങൾ എക്കാലവും വിഡ്ഢികളായി തുടരും. ഞാൻ എന്റെ തലച്ചോറിനു നല്ല വ്യായാമം കൊടുത്തിട്ടുണ്ട്. അതുകൊണ്ട് എനിക്ക് നിങ്ങളെ പഠിപ്പിക്കാൻ കഴിയും.”

ഇവാൻ അത്ഭുതപ്പെട്ടു. “ഓ അങ്ങനെയെങ്കിൽ, ഞങ്ങളെ പഠിപ്പിക്കുക. ഒന്നുമല്ലെങ്കിലും ജോലിയെടുത്തു കൈകൾ തളരുമ്പോൾ ഒരു മാറ്റത്തിനു കുറച്ചു സമയം തല ഉപയോഗിക്കാമല്ലോ.”

ജനങ്ങളെ പഠിപ്പിക്കുന്ന ദൗത്യം പിശാച് ഏറ്റെടുത്തു. തലകൊണ്ടു ജോലി ചെയ്യുന്നതെങ്ങനെയെന്നു ജനങ്ങളെ പഠിപ്പിക്കാൻ ഒരു മാന്യൻ എത്തിച്ചേർന്നിട്ടുണ്ടെന്നും കൈകൊണ്ടു ചെയ്യുന്നതിനെക്കാൾ എത്രയോ കൂടുതൽ ജോലി തലകൊണ്ടു ചെയ്യാവുന്നതാണെന്നും, ജനങ്ങളെല്ലാം തലകൊണ്ടു ജോലിചെയ്യുന്ന വിദ്യ പഠിക്കാൻ എത്തിച്ചേരണമെന്നും ഇവാൻ നാട്ടിലെങ്ങും വിളംബരപ്പെടുത്തി.

ഇവാന്റെ രാജ്യത്ത് ഒരു വലിയ ഗോപുരമുണ്ടായിരുന്നു; അതിന്റെ ഏറ്റവും മുകളിലായി ഒരു വിളക്കും. ഒട്ടധികം പടികൾ കയറിവേണം മുകളിലെത്താൻ. ഇവാൻ മാന്യനായ അതിഥിയോട് (പിശാചിനോട്) ഗോപുരത്തിന്റെ

മുകളിൽ കയറി നിന്നു സംസാരിക്കാനാവശ്യപ്പെട്ടു. അവിടെ നിന്നാൽ എല്ലാവർക്കും അയാളെ കാണാമല്ലോ.

പിശാച് ഗോപുരത്തിന്റെ മുകളിൽ കയറി നിന്നു പ്രസംഗമാരംഭിച്ചു. അയാളെ കാണാൻ ആളുകൾ കൂട്ടത്തോടെ ഗോപുരത്തിന്റെ താഴെ അണിനിരന്നു. കൈകൾക്കു പകരം തല ഉപയോഗിക്കുന്ന എന്തെങ്കിലും രീതി അയാൾ പ്രായോഗികമായി കാണിച്ചു തരുമെന്നാണ് ജനങ്ങൾ വിചാരിച്ചത്. പകരം കൈകൾ കൊണ്ടു മാത്രം ജോലിചെയ്താൽ

നന്നായി ജീവിക്കാനാവുകയില്ലെന്നു പ്രസംഗിക്കുക മാത്രമാണ് അയാൾ ചെയ്തത്. അതാകട്ടെ അവർക്കൊട്ടും മനസ്സിലായതുമില്ല. കുറെ സമയം അയാളെ നോക്കി നിന്നിട്ട് ആളുകൾ അവരവരുടെ പാടുനോക്കി പോയി.

പിശാചു ഗോപുരത്തിന്റെ മുകളിൽ ഒരേ നിൽപ്പു നിന്നു രണ്ടു ദിവസം തുടർച്ചയായി സംസാരിച്ചു. അയാൾക്കു വല്ലാത്ത വിശപ്പു തോന്നി. മുകളിൽ ഭക്ഷണം എത്തിച്ചു കൊടുക്കുന്നതിനെപ്പറ്റി വിഡ്ഢികളായ നാട്ടുകാർ ചിന്തിച്ചതുമില്ല. കൈകളെക്കാൾ നന്നായി തല ഉപയോഗിച്ചു ജോലിചെയ്യാൻ അറിയുന്ന അയാൾ ഭക്ഷണം കിട്ടാനുള്ള എന്തെങ്കിലും എളുപ്പപ്പണി കണ്ടെത്തിക്കൊള്ളുമെന്നാണ് അവർ കരുതിയത്.

പിശാചിന്റെ പ്രഭാഷണം ഒരു ദിവസംകൂടി തുടർന്നു. ജനങ്ങൾ കുറച്ചു സമയം നോക്കിനിൽക്കും പോകും.

ഇവാൻ ചോദിച്ചു. "ആട്ടെ, ആ മാന്യൻ തലകൊണ്ടു ജോലിചെയ്യാൻ തുടങ്ങിയോ?"

"ഇല്ല." ജനങ്ങൾ പറഞ്ഞു. "അയാൾ ഇപ്പോഴും പ്രസംഗിച്ചുകൊണ്ടിരിക്കയാണ്."

ചെകുത്താൻ ഗോപുരത്തിന്റെ മുകളിൽ ഒരു ദിവസം കൂടി നിന്നു. അയാളുടെ തളർച്ച വർദ്ധിച്ചു. തലക്കറക്കമുണ്ടായി. തല ഗോപുരത്തിന്റെ തൂണിൽ ചെന്നിടിച്ചു. ഇതു കണ്ട ഒരാൾ കാര്യം ഇവാന്റെ ഭാര്യയെ ധരിപ്പിച്ചു. അവർ വയലിൽ പണിയെടുത്തുകൊണ്ടിരുന്ന ഇവാന്റെ പക്കൽ ഓടിയെത്തി. "വന്നു നോക്കൂ." അവൾ പറഞ്ഞു. "ആ മനുഷ്യൻ തലകൊണ്ടു ജോലിചെയ്യാൻ തുടങ്ങിയിരിക്കുന്നു."

ഇവാന് അത്ഭുതമായി.

"ശരിക്കും?" അയാൾ ചോദിച്ചു. ഉഴുതുകൊണ്ടിരുന്ന

തന്റെ കുതിരകളെ ഗോപുരത്തിന്റെ ഭാഗത്തേക്കു നയിച്ചുകൊണ്ട് ഇവാൻ ചെന്നു കാര്യങ്ങൾ നിരീക്ഷിച്ചു. വിശപ്പും ക്ഷീണവും കൊണ്ട് അവശനായ പിശാച് അങ്ങോട്ടും ഇങ്ങോട്ടും ചെന്നിടിച്ച് ഗോപുരത്തിന്റെ ഒരു കമ്പിൽ കുറെ സമയം തൂങ്ങിക്കിടന്നു. ഇവാൻ ഗോപുരത്തിന്റെ അടുത്തെത്തിയപ്പോഴേക്കും അയാൾ താഴേക്കു വീണു. ഗോപുരത്തിന്റെ ഓരോ പടിയിലും തലയിടിച്ച് ടപ് ടപ് ടപ് എന്നു ശബ്ദമുണ്ടാക്കിക്കൊണ്ട് അയാൾ ഏറ്റവും താഴെയെത്തി.

"ശരി" ഇവാൻ പറഞ്ഞു. "ചിന്തിച്ചു ചിന്തിച്ചു തല ചിലപ്പോൾ പിളർന്നുപോകും എന്ന് ഈ മാന്യൻ പറഞ്ഞത് എത്ര ശരിയായിരിക്കുന്നു. തലയൊക്കെ ഇതാ വീർത്തു കെട്ടിയിരിക്കുന്നു."

പിശാച് ഗോപുരത്തിന്റെ ഏറ്റവുമടിയിലെ പടിയിൽ നിന്നു തലയിടിച്ചു നിലത്തു വീണു. അയാൾ തലകൊണ്ട് എത്രത്തോളം ജോലിചെയ്തു എന്നു നോക്കുന്നതിനായി ഇവാൻ അങ്ങോട്ടു നീങ്ങുകയായിരുന്നു; പെട്ടെന്ന് ഭൂമിയിൽ ഒരു പിളർപ്പുണ്ടായി പിശാച് അതിലൂടെ താഴേയ്ക്കു പോയി. ഒരു ദ്വാരം മാത്രം അവിടെ അവശേഷിച്ചു.

ഇവാൻ തലചൊറിഞ്ഞു-"എന്തൊരു വൃത്തികെട്ട ജന്തു! ഇതു വേറൊരു പിശാചാണ്. മുഖച്ഛായ കണ്ടിട്ട് ഇവൻ മറ്റവന്മാരുടെ തന്തയാണെന്നു തോന്നുന്നു."

* * *

ഇവാൻ ഇപ്പോഴും ജീവിച്ചിരിക്കുന്നു. ആളുകൾ അയാളുടെ രാജ്യത്തിലേക്ക് ഇരമ്പിയെത്തുകയാണ്. ഇരു സഹോദരന്മാരും ഇവാന്റെ സംരക്ഷണയിൽ അയാൾക്കൊപ്പം ജീവിക്കുന്നു.

'എനിക്കു ഭക്ഷണം തരിക' എന്നു പറഞ്ഞ് തന്നെ

സമീപിക്കുന്നവരോടെല്ലാം ഇവാൻ പറയും "ശരി. നിങ്ങൾക്ക് എന്റെ കൂടെ താമസിക്കാം. ഞങ്ങൾക്ക് എല്ലാം ധാരാളമായുണ്ട്."

പക്ഷേ ഇവാന്റെ രാജ്യത്തിൽ ഒരു പ്രത്യേക നിബന്ധനയുണ്ട്: കൈകളിൽ തഴമ്പുള്ളവർക്കു മാത്രമേ ഭക്ഷണ മേശയ്ക്കരികെ ഇരിക്കാനാകൂ. തഴമ്പില്ലാത്ത, മിനുസമുള്ള കൈകളുള്ളവർ മറ്റുള്ളവർ കഴിച്ചു കഴിയും വരെ കാത്തിരിക്കണം. മിച്ചമുള്ളതേ അവർക്കു കിട്ടൂ.

●

www.ingramcontent.com/pod-product-compliance
Lightning Source LLC
LaVergne TN
LVHW060415051026
849518LV00007B/2557
* 9 7 8 8 1 8 8 0 1 8 3 6 9 *